GW00693516

ஆயுத வரி

ஆயுத வரி

அ. இரவி (பி. 1960)

யாழ்ப்பாணம் அளவெட்டியில் பிறந்தார். மகாஜனாக் கல்லூரியில் கல்வி கற்ற இரவி, 1982இல் யாழ்ப்பாணப் பல்கலைக்கழகம் சென்றார். அங்கு, தமிழைச் சிறப்புப் பாடமாகப் பயின்று, 1986இல் சிறப்புக் கலைமாணி *(B.A. Tamil Honours)* பட்டத்தினைப் பெற்றார். பின்னர் 1988இல் தொடங்கி, யாழ்ப்பாணப் பல்கலைக்கழகத்தில் அரங்கியல் பயின்று, 1992இல் முதுகலைமாணி (M.A.) பட்டத்தினைப் பெற்றார். 1995இல் கொழும்புப் பல்கலைக்கழகத்தில் கல்வியியல் (Diploma in Education) பட்டத்தினைப் பெற்றார். பத்து வருடகாலம் இலங்கையில் ஆசிரியராகப் பணிபுரிந்தார்.

புதுசு, சரிநிகர், புலம், ஒருபேப்பர் ஆகிய இதழ்களின் ஆசிரியர் குழுவில் ஒருவர். IBC தமிழ் வானொலி (இலண்டன்), TTN தமிழ் ஒளி தொலைக்காட்சி (பிரான்ஸ்) ஆகிய ஊடகங்களில் நிகழ்ச்சித் தயாரிப்பாளராகப் பணிபுரிந்துள்ளார்.

இருபதாவது வயதில் எழுதத்தொடங்கி, இன்றுவரை ஐம்பதுக்கும் மேற்பட்ட சிறுகதைகளை எழுதியுள்ளார். இவரது 'காலம் ஆகி வந்த கதை' என்ற புதினம் 2003இல் புதுக்குடியிருப்பில் வெளிவந்தது, 'பாலைகள் நூறு' என்ற சிறுகதைத் தொகுப்பு 2011இல் தமிழியல் – காலச்சுவடு வெளியீடாகவும் 'வீடுநெடுந்தூரம்' அரசியற்புதினம் 2012இல் பரிசல் வெளியீடாகவும் பதிப்பாக்கம் பெற்றுள்ளது.

மனைவி (சுசீலா), மைந்தர் (சஞ்சயன், சஞ்சுதன்) இவர்களுடன் இலண்டனில் வசிக்கிறார்.

மின்னஞ்சல்: iravi@live.co.uk

அ. இரவி

ஆயுத வரி

காலச்சுவடு பதிப்பகம்

ஆயுத வரி ◆ சிறுகதைகள் ◆ ஆசிரியர்: அ. இரவி ◆ © அ. இரவி ◆ முதல் பதிப்பு: ஆகஸ்ட் 2013 ◆ வெளியீடு: காலச்சுவடு பப்ளிகேஷன்ஸ் (பி) லிட்., 669, கே. பி. சாலை, நாகர்கோவில் 629 001.

காலச்சுவடு பதிப்பக வெளியீடு: 523

aayuta vari ◆ ShortStories ◆ Author: a.iravi ◆ © A. Iravi ◆ Language: Tamil ◆ First Edition: August 2013 ◆ Size: Demy 1× 8 ◆ Paper: 18.6 kg maplitho ◆ Pages: 160.

Published by Kalachuvadu Publications Pvt.Ltd., 669, K.P. Road, Nagercoil 629001, India ◆ Phone: 91-4652-278525 ◆ e-mail: publications @kalachuvadu.com ◆ Wrapper printed at Print Specialities, Chennai 600014 ◆ Printed at Micro Print, Nelson Manickam Road, Aminjikarai, Chennai 600 029.

ISBN: 978-93-81969-78-6

08/2013/S.No.523, kcp 945, 18.6 (1) ILL

நான் வளர்ந்த கருப்பையினுள்
எனக்கு முன்னர் வளர்ந்த ஒரே ஒருத்தி
அக்கா சியாமளாவுக்கு

பொருளடக்கம்

ஜனநாயக வரி

படைப்பு ஒரு மாறிலி. ஆனால், படைப்பாளி மாறிலி அல்ல. படைப்பு ஒரு தூலமான உயிரி அல்ல. ஆனால், படைப்பாளி ஓர் உயிரி. எனவே, வளரி. வளரக்கூடியது மாறும். படைப்பாளியும் மாறுபவர்தான். படைப்பாளி மாறும்போது மாறிலியான அவரது படைப்பு சில சமயம் அவரைத் துரத்திக் கொண்டுவரும் அல்லது அவரைச் சுற்றி வளைக்கும். அல்லது அவரைத் தோற்கடிப்பதுமுண்டு. படைப்பாளியின் வாழ்க்கை படைப்பைத் தோற்கடிக்கும் தருணங்களில் இதுவும் ஒன்று. அதேசமயம் மாறக்கூடிய படைப்பாளி தனது மாறாப்படைப்பைக் கடந்து புதிய உச்சங்களை நோக்கிப் போவதும் உண்டு.

ஒரு கலை இலக்கியச் செயற்பாட்டாளரான இரவியும் ஒரு மாறிலி அல்ல. இதுவரையிலுமான அவருடைய வாழ்க்கைத் தடத்தை நான்கு கட்டங்களாகப் பிரிக்கலாம்.

முதலாவது, அவர் இடது சாய்வுடைய ஓர் இயக்கத்துக்கு விசுவாசமாக இருந்த காலம்.

இரண்டாவது, அவர் அந்த இயக்கத்துடன் அதிருப்தியுற்றவராகவும், அதேசமயம் அந்த இயக்கம் அரங்கில் தொடர்ந்தும் செயற்பட முடியாத ஒரு நிலை தோன்றியபோது, அதாவது விடுதலைப்புலிகள் இயக்கம் ஏகப்பெரும் இயக்கமாக மேலெழுந்தபோது அதன் மீது அதிருப்தியுற்றவராகவும் காணப்பட்ட காலம். இக் காலப்பகுதியில் அவர் கொழும்பிலிருந்து வந்த *சரிநிகர்* பத்திரிகையில் எழுதினார்.

அதன்பின் மூன்றாவது கட்டம் இரவி புலம்பெயர்ந்தார். புலம்பெயர்ந்த நாடுகளில் அவர் விடுதலைப்புலிகளின் விசுவாசியாக மாறினார்.

நான்காவது கட்டம் நந்திக் கடல் வீழ்ச்சிக்குப் பின்னரானது. அதன்பின் இரவி விட்டுக்கொடுப்பற்ற அதி தீவிர தேசியவாதியாகக் காட்சி தருகிறார்.

இந்நான்கு கட்டங்களுக்கு ஊடாகவும் இரவியை விளங்கிக் கொள்வதே இம்முன்னுரையின் நோக்கமாகும். அதாவது ஒரு அரசியல் கலை இலக்கிய ஊடகச் செயற்பட்டாளராக இரவியை அவருக்கேயான மாற்றங்களுக்கூடாக விளங்கிக் கொள்வது. மாறாக, அவருடைய படைப்பாற்றலைப் பகுப்பாய்வு செய்வது என்னுடைய பிரதான நோக்கமல்ல. இதற்கு இரண்டு காரணங்கள் உள்ளன.

முதலாவது இரவி ஏற்கனவே, ஸ்தாபிக்கப்பட்ட ஒரு கீர்த்திமிக்கக் கதைசொல்லி. ஈழத்துப் போரிலக்கியப் பரப்பில் அவருக்கென்று ஒரு தனித்துவம் உண்டு. முதலில் அவரை புதுசு இரவியாகத்தான் எனக்குத் தெரியும். புதுசு சஞ்சிகை எனப்படுவது ஈழத்துப் போரிலக்கியப் பரப்பில் ஒரு தனியான ஆய்வுப் பரப்பு. அதை ஒரு கலை இலக்கியச் செயற்பாட்டு இயக்கம் என்று சொல்லலாம். ஈழத்துப் போரிலக்கியப் பரப்பில் அலை காலத்தைப் போலவே புதுசு காலமும் முக்கியத்துவமுடையது. 'மரணத்துள் வாழ்வோம்' தொகுப்பில் கணிசமான கவிதைகள் புதுசுவிலிருந்து எடுக்கப்பட்டவைதான். எனவே, புதுசு இரவியின் படைப்பாளுமை எனப்படுவது ஏற்கனவே நிறுவப்பட்ட ஒன்று. இது முதலாவது காரணம்.

இரண்டாவது காரணம், ஒரு போரிலக்கியவாதியின் அரசியல் ஒழுக்கத்தை அவருடைய படைப்பாக்க ஒழுக்கத்திலிருந்தும் பிரித்துக்காண முடியாது. இந்த அடிப்படையில் பார்த்தால் இரவியினுடைய அரசியல் ஒழுக்கத்தை அவருக்கேயுரிய நான்கு கட்டங்களுக்கூடாகவும் விளங்கிக்கொண்டால் தான் ஒரு போரிலக்கியவாதியாக அவருடைய வகிபாகத்தைச் சரியாக மதிப்பிடவும் முடியும். எனவே, மேற்சொன்ன இரு காரணங்களின் அடிப்படையில் இரவியின் அரசியல் ஒழுக்கத்தை விளங்கிக்கொள்ள முயற்சிக்கலாம்.

முதலில் கேள்வி கேட்போம். ஒரு படைப்பாளி அல்லது பொதுவாழ்வில் செயற்படுபவர் தனது நிலைப்பாடுகளை மாற்றிக்கொள்ளலாமா? அல்லது இதை வேறுவிதமாகவும் கேட்கலாம். ஒரு படைப்பாளியின் வாழ்க்கைத் தடம்

எனப்படுவது மாற்றங்களற்ற ஒரு நேர்கோடாக இருக்க வேண்டுமா? என்பது.

ஒரு படைப்பாளியின் வாழ்க்கைத் தடம் மாறாத நெடுங் கோடாய் இருப்பதற்கு அவர் ஒன்றும் ஜெற் விமானம் அல்ல. அவர் ஓர் உயிரியும் வளரியும் ஆவார். பருவங்கள் மாறும் போதும் அனுபவங்கள் பெருகும்போதும் வாழ்க்கை பற்றிய தருணங்கள் மாறும்போதும் நம்பிக்கைகள் சிதையும்போதும் விசுவாசம் இடம்மாறும்போதும் அல்லது சரணடையும் போதும், சோரம்போகும்போதும் இது போன்ற வேறு பல காரணங்களிற்காகவும் ஒரு படைப்பாளி தனது நிலைப்பாட்டை மாற்றிக்கொள்வதுண்டு.

படைப்பாளி மட்டுமல்ல. புனிதர்கள், தீர்க்கதரிசிகள் பெருந்தலைவர்கள், தத்துவதரிசிகள் போன்றோரின் வாழ்க்கைத் தடங்களும்கூட மாறா நெருங்கோடாய் அமைவ தில்லை. மாற்றம்தான் நிரந்தரமானது என்று சொன்னவர் புத்தர். ஓர் இளவரசனாக இருந்து துறவறம் பூண்டவர். தனது தவக்காலத்தின் முதல் ஆறு ஆண்டுகளில் தீவிர துறவறத்தைக் கடைப்பிடித்த புத்தர் அது பிழையென்று கண்டு இறுதி இரண்டு ஆண்டுகளிலுமே நடுவழியைக் கண்டுபிடித்தவர். புத்தரைவிட வித்தியாசமானவர் புனித பவுல். தொடக்கத்தில் இவர் கத்தோலிக்கர்களை வதம் செய்பவர்கள் மத்தியி லிருந்தார். இடைநடுவில் தடுத்தாட்கொள்ளப்பட்டு கிறிஸ்த்து வின் விசுவாசியாக மாறினார். கத்தோலிக்கத் திருச்சபையின் முதலாவது புத்திஜீவியாகக் கொண்டாடப்படுகிறார். மாட்டின் லூதர் பிறக்கும்போது ஒரு கத்தோலிக்கனாகவே பிறந்தார். ஆனால், பின்னாளில் அவர் புரட்டஸ்தாந்து திருச்சபையை உருவாக்கினார்.

இவையெல்லாம் ஆன்மீக உதாரணங்கள். இனி அரசியல் மற்றும் கலை இலக்கியத்துறைகளைப் பார்க்கலாம். அன்னா அக்மத்தோவா ஹிட்லரின் ஆக்கிரமிப்புக்கு எதிராக எழுதிய போது அதிகம் தேசியத்தன்மை மிக்கவராகக் காணப்பட்டார். ஸ்ராலினியமே அவரை மாற்றியது. ‘மலைகளையும் கூனச் செய்யும் துக்கம்’ அவரைத் தாக்கியபோது ‘வீணான லெனின் கிராட்’ என்று எழுத வேண்டி வந்தது. ஸ்ராலினின் எழுச்சி வரையிலும் சோவியத் புரட்சியை ஆதரித்த அமெரிக்க மற்றும் ஐரோப்பிய படைப்பாளிகளில் பலர் பின்னாளில் ஸ்ராலினுக்கு எதிராகத் திரும்பி அதிருப்தியாளர்களாக மாறினர்.

ஈழப் போர்ப் பரப்பில் விடுதலைப்புலிகளின் அரசியல் ஆலோசகரான அன்ரன் பாலசிங்கம் நான்காம் அகிலத்துடனும்,

ரொட்ஸ்கியுடனும் ஈடுபாடுடையவராகக் காணப்பட்டார். விடுதலைப்புலிகள் இயக்கத்துடன் சேர்ந்தியங்கியபோது அவர் எழுதிய நூல்கள் இடதுசாய்வுடையவை. ஆனால், **2002**இல் கிளிநொச்சியில் பத்திரிகையாளர் மாநாட்டில் புலி களின் பொருளாதாரக் கொள்கை எதுவென்று கேட்டபோது ***Tiger Economy*** அதாவது தென்கிழக்காசிய நாடுகளில் காணப்படுவது போன்ற அரசின் கட்டுப்பாடு அதிகமுடைய திறந்த சந்தைப் பொருளாதாரம் என்ற அர்த்தப்பட பதில் கூறியிருந்தார். மற்றவர் புதுவை இரத்தினதுரை. இவர் **1985** வரையிலும் அனைத்திலங்கைத் தேசியத்தை ஆதரித்து எழுதியவர். ஆனால், **2009**இல் நந்திக் கடற்கரையில் காணாமற் போனபோது அவர் ஒரு தமிழ்த் தேசியப் போராளியாக இருந்தார்.

எனவே, படைப்பாளிகளும் கோட்பாட்டாளர்களும் பொது வெளியில் செயற்படுவோரும் நிலைப்பாட்டை மாற்றுவது ஒரு வாழ்நிலை யதார்த்தம். ஆனால், ஈழப்போர்ப் பரப்பில் அது ஒரு பெருங்குற்றமாக அல்லது சாவுக்கேதான துரோகமாக ஏன் பார்க்கப்படுகிறது?

விடுதலைப்புலிகளின் எழுச்சியே இதற்குக் காரணம். தனிப்பெரும் இயக்கமாக அவர்கள் எழுச்சி பெற்ற பின் ஈழப் போர் எனப்படுவது புலிகளின் போர் என்றானது. போரிலக் கியம் எனப்படுவது ஒன்றில் புலிகளை ஆதரிப்பது அல்லது எதிர்ப்பது என்பதே பெரும்போக்கானது. இத்தகைய பொருள்படக் கூறின் **1986** மே மாதத்தை ஈழப்போர் வரலாற்றில் ஒரு முக்கியப் பிரிகோடெனலாம். இக்காலப் பகுதியில்தான் விடுதலைப்புலிகள் ரெலோ இயக்கத்தின் மீது தாக்குதல் தொடுத் தார்கள். இங்கிருந்து தொடங்கி படிப்படியாக ஏனைய எல்லா இயக்கங்களையும் அரங்கிலிருந்து அகற்றி அல்லது உள்ளுறுஞ்சி ஏகப்பெரும் இயக்கமாக விடுதலைப்புலிகள் மேலெழுந்தார்கள். அதன் பின் ஈழப்போர்ப் பரப்பில் எதுவும் விடுதலைப்புலிகள் என்ற மையத்தைச் சுற்றியே நிகழ்வதாக மாறிற்று. இலக்கிய மும் இதற்குள் அடங்கும்.

குறிப்பாக, புலிகள் இயக்கத்தின் சயனைட் ஆனது ஒருபுறம் நிகரற்ற தியாகம், சரணடையா வீரம் என்பவற்றின் குறியீடாக காணப்பட்டது. அதேசமயம் அது இன்னொரு புறம் நெகிழ்வின்மையின் குறியீடாகவும் மாறியது. ரகசியங் களைப் பாதுகாப்பதற்காக உயிரை மாய்க்கலாம் எனின் இலட்சியம் உயிரைவிடவும் பெரியதாகியது. அதாவது இலட்சியம் வாழ்க்கையைவிடவும் புனிதமானது என்று பொருள். எனவே, இலட்சியத்தில் சறுக்குவது அல்லது

பின்வாங்குவது அல்லது தடம்புரள்வது என்பது சாவுக்கேதான ஒரு பாவமாகக் கருதப்பட்டது. போராளிகளுக்கும் அரசியற் செயற்பாட்டாளுமைகளுக்கும் பிரயோகிக்கப்பட்ட இந்த அளவுகோலானது படைப்பாளுமைகளுக்கும் பிரயோகிக்கப் படும் ஒரு நிலைவரும்போது தன் நிலைப்பாட்டில் மாறும் ஓர் படைப்பாளி துரோகியாக முத்திரை குத்தப்பட்டார்.

ஆனால், படைப்பாளி அவரியல்பில், சதா மாறுபவர்தான். ஆனாலிங்கு, மாற்றம் எனப்படுவது வளர்ச்சியை மட்டும் குறிக்கவில்லை. வீழ்ச்சியும் தேய்வும்கூட ஒரு மாற்றம்தான். அங்கிடுதத்திகளும் அண்டிப்பிழைப்போரும், வாலாட்டிகளும், கும்பிடு பூச்சிகளும் பிழைப்புவாதிகளும் மாற்றம்தான் நிரந் தரம் என்ற கோட்பாட்டின் மறைவில் ஒளிய முடியாது. கௌதம புத்தர் மாற்றமே நிரந்தரம் என்று சொன்னார். ஆனால், மாறா நிரந்தரமான பரிநிர்வாணத்தை அவர் அடைந்தாராயின் புத்தர் கூறிய நிரந்தரமான மாற்றம் எது? இங்கு மாற்றம் அல்லது நிச்சயமின்மை என்று அழைக்கப் படுவது ஆங்கிலத்தில் ***becoming*** என்று கூறப்படுவதுண்டு. இங்கு *becoming* – உருவாகுதல் என்ற சொல் மிக விரிந்த அர்த்தச் செறிவுடையது. அதாவது புத்தர் மாற்றம் என்று கருதுவது ஒன்றிலிருந்து இன்னொன்றாக உருவாகுவதைத் தான். எனவே, ஒரு படைப்பாளுமையில் நிகழும் மாற்றங் களானவை உன்னதமான உச்சங்களை நோக்கி நிகழும் உருவாக்கங்களாக இருக்க வேண்டும். அப்பொழுதுதான் படைப்பாளியின் வாழ்க்கை அவருடைய படைப்பை மகிமைப் படுத்தும்.

மேற்கண்ட விளக்கத்தின் அடிப்படையில் நாமினி இரவி யிடம் வருவோம். செழிப்புமிகு மகாஜனாப் பாரம்பரியத்தி லிருந்து இரவியின் வேர் தொடங்குகின்றது. *புதுசு* காலம் எனப்படுவது ஒரு மாண்புமிகுந்த காலம். அந்நாட்களில் தமிழ்த்தேசியம், தேசியத் தலைவர் போன்ற பெருங்கதைகள் அரங்கில் முதன்மை பெற்றிருக்கவில்லை. இன்ன இயக்கத்தின் "தலைவரும் பிரதான தளபதியுமான" என்றே தலைவர்கள் விழிக்கப்பட்டார்கள். போராட்டத்துக்குள் ஒரு போராட்டத்தை நடத்தக்கூடிய வெளி ஓரளவுக்கேனும் அன்றைக்கு இருந்தது. தமிழீழ விடுதலைப் போராட்டத்தின் அகஜனநாயக வெளி யெனப்படுவது ஒப்பிட்டளவில் செழிப்பாயிருந்த காலம் அது. அதாவது **1986** மே வரையான காலம். *புதுசு* சஞ்சிகை தனது ஜனங்களின் கூட்டுக்கனவைப் பிரதிபலித்தது. ஒரு மக்கள் திரள் அதன் கூட்டு அடையாளங்களுக்காக வதைக்கப்படும்போது உண்டாகிய கூட்டுக் காயங்களுக்கு எதிராக *புதுசு* சஞ்சிகை

எழுதியது. தேசியம் எனப்படுவது அதன் பிரயோக நிலையில் ஒரு கூட்டுப் பிரக்ஞையே என்ற அடிப்படையில் கூறின் *புதுசு* தேசியத் தன்மை மிக்க ஒரு சஞ்சிகையே. எனவே, இரவியும் அந்நாட்களில் கொஞ்சமாகவோ அல்லது கூடுதலாகவோ தேசியத் தன்மை மிக்க ஒரு படைப்பாளுமைதான்.

அதன்பின் அதிருப்தியாளராக இருந்த காலம் அல்லது *சரிநிகர்* காலம். அதிருப்தியாளர்கள் எப்பொழுதும் ஒரு போராட்டத்தின் அகஜனநாயக வெளியைச் சோதிப்பவர்கள். ஒரு போராட்டம் எவ்வளவுக்கெவ்வளவு அதிருப்தியாளர்களைச் சகித்துக்கொள்கிறதோ அவ்வளவுக்கவ்வளவு அதன் அக ஜனநாயக வெளியும் மாண்புடையதாகத் திகழும். ஒரு போராட்ட அமைப்புக்கு வெளியே அதிருப்தியாளர்களாக இருப்பவர் எல்லாம் அந்தப் போராட்டத்தின் எதிரிகள் அல்ல. அல்லது தீவிர ஆதரவாளர்களாக இருப்பவர்கள் எல்லாம் தேசியவாதிகளும் அல்ல. லெனின் தனது கடைசிக் காலத்தில் தன்னைப் பராமரித்த பெண்ணிடம் மனம்விட்டுக் கதைத்த சந்தர்ப்பத்தில் சில கட்சி உறுப்பினர்களைப் பற்றி பின் வருமாறு கூறியிருக்கிறார். “சிலர் எங்களோடு நிற்கிறார்கள். ஆனால், அவர்கள் எங்களுடையவர்கள் அல்லர். சிலர் எங் களுக்கு வெளியே நிற்கிறார்கள். ஆனால் அவர்கள் எங்களுடை யவர்கள்” என்று. இது எல்லா விடுதலைப் போராட்டங்களுக்கும் பொருந்தும். இரவியினுடைய ‘காலமாகி வந்த கதை’ நூல் யுத்த நிறுத்தக் காலத்தில் கிளிநொச்சி மகாவித்தியாலயத்தில் வெளியிடப்பட்டபோது நான் ஆற்றிய மதிப்பீட்டுரையில் மேற்படி லெனினுடைய கூற்றினை மேற்கோள் காட்டியிருந்தேன்.

சரிநிகர், தொடக்கத்தில் அதிருப்தியாளர்களை அதிகம் பிரதிபலித்தது. ஆனால், பின் நாட்களில் அது எதிர்ப்பின் தொனியைக் குறைத்துக்கொண்டது. ஆனால், எப்போதும் அது சனங்களின் கூட்டுக் கனவை ஆதரித்தது. தமிழ் மக்களின் கூட்டு விருப்பங்களுக்கு எதிராக அது சென்றதில்லை. எனவே, கொஞ்சமாகவோ அல்லது கூடுதலாகவோ அது ஒரு தேசியத் தன்மை மிக்க ஒரு பத்திரிகைதான். இரவி *சரிநிகரில்* எழுதி னார். அந்நாட்களில் அவர் அதிதீவிர அதிருப்தியாளராகக் காட்சியளித்தார். ஆனால், இப்பொழுது தீவிர விசுவாசியாகக் காட்சி தருகிறார்.

புதுசுவிலிருந்து தொடங்கி *சரிநிகரிற்*கூடாக இன்றுள்ள தீவிர தேச பக்த நிலை வரையிலுமாக இரவி வெவ்வேறு தீவிர நம்பிக்கைகளைப் பிரதிபலித்திருக்கிறார். ஆனால், எப்போதும் கொஞ்சமாகவோ அல்லது கூடுதலாகவோ விகித வேறுபாடுகளோடு தேசியத்தன்மை மிக்கவராகவே

காணப்படுகிறார். எல்லா மாற்றங்களின்போதும் மாறாத ஓர் அடிச்சரடாக அது காணப்படுகிறது. இரவியின் பலம் அது. ஆனால், பலவீனமும் அதுதான்.

இரவி அவரியல்பில் ஓர் உணர்ச்சிப்பெருக்கான ஆள். ஒரு கதைசொல்லி உணர்ச்சிப் பெருக்காயிருப்பது ஒரு மகத்தான பலம். இரவி அதிகபட்சம் இதயத்தால் கதை சொல்பவர். இதயத்தால் கதை சொல்லும்போதெல்லாம் அவர் 'சீரியஸ்' ஆனதை ஜனரஞ்சகப்படுத்திவிடுவார். இது மிக அரிதான ஒரு கலைநுட்பம். சீரியஸானதை ஜனரஞ்சகப் படுத்துவது என்பது. ஒரு போரிலக்கியவாதிக்கு அதற்கு வேண்டிய அதிகபட்ச வாய்ப்புக்கள் உண்டு. போர் எப் போதும் சீரியஸானது. உயிர்கள் சம்பந்தப்பட்டது. ஆனால் அது அதன் வீச்செல்லையைப் பொறுத்து ஜனமயப்பட்டது. அதாவது அது சகலரையும் பாதிப்பது. எதுவொன்று சீரியஸானதாகவும் வெகுசனமயப்பட்டதாகவும் காணப்படு கிறதோ அதை சீரியஸாக எழுதினாலும் அது வெகுசனத் தன்மை பெற்றதாகவும் இருக்கும். எனவே, போரிலக்கியவாதிக் குள்ள இந்தப் பிரகாசமான வாய்ப்புகளை அதிகம் பயன் படுத்திய ஒருவராக இரவி காணப்படுகிறார். அதிலும் குறிப் பாக, அவர் இதயத்தால் கதை சொல்லும்போது ஒரே நேரத் தில் கனதியானவராகவும் இலேசானவராகவும் காணப்படுகிறார். அவருடைய மொழியும் அத்தகையதே.

இது அவருடைய பிரதான பலம். அதாவது ஒரு கதை சொல்லி உணர்ச்சிப்பிழம்பாயிருப்பது அடிப்படைப் பலம். ஆனால், ஒரு தேசியவாதி உணர்ச்சிப்பிழப்பாயிருப்பது மிகப் பெரிய பலவீனம். தமிழ்த் தேசியத்தின் அடிப்படைப் பலவீனங்களில் இதுவுமொன்று. தமிழ்த் தேசியத்தின் அடித் தளம் எனப்படுவது அதிகபட்சம் உணர்ச்சிக் கொதிப்பான அம்சங்களாலேயே வனையப்பட்டிருக்கிறது. ஆயுதப் போராட் டத்தின் அகஜனநாயக வெளி குறுகிக் காணப்பட்டதும் இதனால்தான். நந்திக் கடல் வீழ்ச்சிக்குப் பின் இக்கொதிப்பான உளவியல் மேலும் கொந்தளிப்பானதாக மாறியிருக்கிறது. பொதுவான ஈழத்தமிழ் மனோநிலை எனப்படுவது இப்போது அதுதான். வெகுசன வெளிக்கு அதிகம் நெருக்கமாக வரும் ஒரு சீரியஸான கதைசொல்லியான இரவியும் அதன் தர்க்க பூர்வ விளைவாக ஒரு கொந்தளிக்கும் தேசியவாதியாக காணப்படுகிறார். அவருடைய அரசியல் தீவிரத்தை ஏற்றுக் கொள்ளாதவர்கள்கூட அவருடைய உணர்ச்சிப்பெருக்கான கதைசொல்லியைப் பிரமிப்போடு இரசிப்பதை நான் கண்டிருக் கிறேன். ஆனால், அவரை ஒரு கீர்த்திமிக்க கதைசொல்லியாக

நிறுவியிருக்கும் கதைகளில் அநேகமானவை கொஞ்சமாகவோ அல்லது கூடுதலாகவோ அவருடைய தேசிய அடித்தளத்தில் வேர்விட்டெழுபவைதான். இதுதான் இரவி. *புதுசுவி*லிருந்து இன்றுவரையிலும் அவர் வெவ்வேறு நம்பிக்கைகளைப் பிரதிபலித்திருக்கிறார். மிகத் தீவிர துருவ நிலைகளுக்குச் சென்றுமிருக்கிறார். ஆனால், எல்லாக் காலங்களிலும் அவர் கொஞ்சமாகவோ அல்லது கூடுதலாகவோ தேசியத் தன்மை மிக்கவராகவே காணப்பட்டிருக்கிறார். கடந்த சுமார் மூன்று தசாப்த காலத்துக்கும் மேலாக கலை இலக்கிய மற்றும் அரசியல் ஊடகச் செயற்பாட்டு வெளிகளிலூடாக அவரில் நிகழ்ந்த உருவாக்கமாக இதைக் கருத முடியுமா?

அவரைப் போலவே, விடுதலைப்புலிகளுடையது அல்லாத வேறு பாரம்பரியங்களிலிருந்து வந்து தேசிய உருவாக்கம் பெற்ற ஒளிவீசும் ஆளுமைகள் வேறு சிலவும் உண்டு. குறிப்பாக, தராகிசிவராமை இங்கு எடுத்துக்காட்டலாம். தராகிசிவராமை மறுவாசிப்புச் செய்ய வேண்டும் என்பதை நான் ஏற்றுக்கொள்கிறேன். அதேசமயம் அவரது இறுதி நிகழ்வின் போது *சரிநிகர்* சிவகுமார் பேசியதை இங்கு சுட்டிக் காட்ட விரும்புகிறேன். 1987ஆம் ஆண்டு யுத்த நிறுத்த காலத்தில் மட்டக்களப்பில் ஒரு தாக்குதல் நிகழ்ந்தது. அதில் புளொட் இயக்கப் பிரதானிகளில் ஒருவரான வாசுதேவாவும் அவருடைய அணியினரும் கொல்லப்பட்டார்கள். இத்தாக்கு தலில் தராகிசிவராமும் சிக்கியிருந்திருந்தால் அவருடைய பெயர் விடுதலைப்புலிகளின் துரோகிகள் பட்டியலில் சேர்க்கப் பட்டிருந்திருக்கும். ஆனால், அதில் தப்பிய தராகிசிவராம் சுமார் 18 ஆண்டு கால தொடர்ச்சியான மாற்றங்களுக்கூடாக உருவாக்கம் பெற்று 2005இல் கொழும்பில் கொல்லப்பட்ட போது விடுதலைப்புலிகள் இயக்கம் அவரை மாமனிதராக கௌரவித்தது. அதாவது, 'துரோகியாக'க் கொல்லப்படுவதில் இருந்து தப்பிய ஒருவர் பின்னாளில் 'மாமனிதரானார்.' ஆயின் இதுவரை கொல்லப்பட்ட 'துரோகிகளில்' எத்தனைபேர் பின்னாளில் 'மாமனிதர்களாக' உருவாக்கம் பெற்றிருப்பார்கள்?

அதைப் போலவே *சரிநிக*ரில் எழுதியவருக்கெல்லாம் மரணத் தீர்ப்பு எழுதப்பட்டிருந்திருந்தால் *புதுசு* இரவி என்ற மகத்தான ஒரு கதைசொல்லி எமக்கு மிஞ்சியிருந்திருப்பாரா?

1983இல் புலிகள் அல்லாத ஏனைய இயக்கங்களில் இணைந்த எவருமே பிறகொருநாள் புலிகளால் தடை செய்யப்பட வேண்டிவரும் என்று எதிர்பார்த்து குறிப்பிட்ட இயக்கங்களில் இணைந்ததில்லை. அல்லது மட்டக்களப்பில்,

போராடப்போனவர்கள் எல்லாரும் பிறகொரு நாள் வெருக லாற்றின் தீரங்களில் எதிரும் புதிருமாக நின்று ரத்தம் சிந்த வேண்டியிருக்கும் என்று எதிர்பார்த்தா இணைந்திருப்பார்கள்?

*1983*இல் ஓர் அலையடித்தது. அதில் அள்ளுண்டு போனவர்களே அதிகம். ஏன் போகிறோம் எந்த இயக்கத்துக் குப் போகிறோம் என்றெல்லாம் கொள்கைத் தெளிவோடு போனவர்கள் குறைவு. இனமான உணர்வு அல்லது சாகச உணர்வு போன்றவற்றால் உந்தப்பட்டுப் போனவர்களே அதிகம். இதில் எந்த இயக்கத்தில் இணைவது என்பது அநேகமாக நட்பின் அடிப்படையில் அல்லது உறவின் அடிப்படையில் அல்லது ஊரவர் என்ற அடிப்படையில்தான் தீர்மானிக்கப் பட்டது. பெரும்பாலானவர்களின் விஷயத்தில் அதுவொரு கொள்கை முடிவு அல்ல. அற்ப காரணங்களுக்காக இயக்கத் தில் சேர்ந்து பின்நாளில் அற்புதமான ஆளுமைகளாக உருவாக்கம் பெற்ற பலரை நாம் கண்டிருக்கிறோம்.

*1986*யூனிலிருந்து தொடங்கி ஈரோஸ் இயக்கம் தவிர புலிகள் அல்லாத ஏனைய இயக்கங்கள் அரங்கில் செயற்பட முடியாத ஒரு நிலை தோன்றியது. அவ்வியக்கங்களைச் சேர்ந்தவர்கள் ஒன்றில் அரசியல் அஞ்ஞாதவாசம் பூண்டனர். அல்லது அரங்கை விட்டகன்று தென்னிலங்கை போயினர். அல்லது நாடு நீங்கிப் புலம்பெயர்ந்தனர். அல்லது அரசாங்கத் துடன் இணைந்தனர்.

இது அவரவருடைய தனிப்பட்ட அரசியல் அறத்தைப் பொறுத்து அமைந்தது. எனவே, அரங்கிலிருந்து அகற்றப்பட்ட வேர் கொள்ளவியலா ஒரு வாழ்க்கைச் சூழலில் அவர்களில் பலர் தேசிய நீரோட்டத்தில் இணைவதோ அல்லது கொஞ்ச மாகவோ கூடுதலாகவோ தேசியத் தன்மையோடு வாழ்வதோ ஏறக்குறைய ஒரு தவத்தைப் போலிருந்தது. அதாவது தன்னைத் துரத்தும் ஒரு அமைப்பினால் முன்னெடுக்கப்படும் ஒரு போராட்டத்தை ஆதரிப்பது என்பது. இதைப் போராட்டத்தை ஏற்றுக்கொள்ளும் அதேசமயம் போராட்ட அமைப்புடன் உடன்படாமை என்று வியாக்கியானம் செய்வோரும் உண்டு. இத்தொகுப்பிலுள்ள 'சகபயணி' என்ற கதையில் வரும் இரு பிரதான பாத்திரங்களில் ஒன்று இதே நிலைப்பாட்டைப் பிரதி பலிக்கக் காணலாம். கறுப்பு வெள்ளையாகச் சிந்திக்கும் ஒரு மனம் இதை விளங்கிக்கொள்ளாது.

இரவியும் இத்தகைய கண்டங்களைக் கடந்து உரு வாகியவர்தான்.

அரசியலில் தத்துக்களையும் கண்டங்களையும் கடந்துருவாகிய ஒருவருக்குத்தான் அக ஜனநாயகத்தின் அருமை தெரியும். இரவிக்கு இடது பாரம்பரியம் தெரியும். அதிருப்தியாளர்களின் அலை வரிசை தெரியும். தமிழ்த் தேசியப் பரம்பரியம், குறிப்பாக, விடுதலைப்புலிகளின் பாரம்பரியம் தெரியும். இம்மூன்று பாரம்பரியங்களின் உருவாக்கமாகக் காணப்படும் இரவியைப் போன்ற ஒருவருக்கே பல்வகைமையின்–Diversity இன் அருமை தெரிந்திருக்கும்.

பல்வகைமைதான் பன்மைத்துவத்தின் அடித்தளம். பன்மைத்துவம்தான் ஜனநாயகத்தின் அடித்தளம். தமிழ்த் தேசியம் அதன் ஜனநாயக இதயத்தைப் பலப்படுத்தினாற்றான் ஈழத்தமிழர்களுக்கு அடுத்த கட்டம் என்று ஒன்று வெளிக்கும்.

நந்திக் கடல் வீழ்ச்சிக்குப் பின் ஈழத்தமிழர்கள் தொடர்பில் அனைத்துலக அனுதாப அலை ஒன்று திரண்டு வருகிறது. இந்த அனுதாப அலையைத் தமிழர்களிற்கு நீதியைப் பெற்றுத் தரவல்ல கொள்கைத் தீர்மானங்களாக பண்பு மாற்றம் செய்ய வேண்டும். அதற்குத் தமிழ்த் தேசியத்தின் ஜனநாயக இதயத்தைப் பலப்படுத்த வேண்டும். ஒரு தேசிய இனத்தின் ஜனநாயக அடித்தளத்தைப் பலப்படுத்துவது என்பது அதிலும் குறிப்பாக, தோல்விக்குப் பின்னரான காலங்களில் அதைச் செய்வது என்பது, ஏறக்குறைய ஒரு பண்பாட்டுருவாக்கம்தான். அரசியல்வாதிகளால் மட்டும் அதைச் செய்ய முடியாது அறிஞர்கள், படைப்பாளிகள், ஆய்வாளர்கள், ஊடகவியலாளர்கள், சமூகச் செயற்பாட்டாளர்கள் மற்றும் தேசியத் தன்மை மிக்க ஆன்மிகவாதிகள் என்றெல்லாரும் இதில் இணைய வேண்டும்.

ஒப்பீட்டளவில் மிக விசாலமான ஜனநாயகச் சூழலில் தேவையான நிதிப்பலத்துடன் காணப்படும் புலம்பெயர்ந்த தமிழர்களிற்கு இது விசயத்தில் கூடுதல் பொறுப்புண்டு. ஏனெனில் ஜனநாயகத்தின் ருசி என்னவென்று அவர்களுக்கே அதிகம் தெரியும்.

எமது காலத்தின் அரசியல்வாதிகளில் பலர் இடைமாறு காலகட்டமொன்றின் உப ஆளுமைகளாகவே காட்சி தருகிறார்கள். எமது காலத்தின் மூத்த படைப்பாளிகள் சிலருக்கு வாக்கு மாறிவிட்டது.

அரசியலில் மட்டுமல்ல, அநேகமாக ஏனைய எல்லாத் துறைகளிலும் உப ஆளுமைகளின் பெருக்கத்தைக் காண முடிகிறது. பேராளுமைகளை அரிதாகவே காணக்கிடைக்கிறது.

கடந்த நூற்றாண்டில் வாழ்ந்த ஆர்தர் கோஸ்லரிடம் எதிர் காலத்தைப் பற்றிக் கூறுமாறு கேட்கப்பட்டபோது அவர் சொன்னாராம், மாந்தர்களே, *(Mediocre)* எல்லாத் துறைகளிலும் முன்னணிக்கு வருவார்கள் என்று. வீழ்ச்சிக்குப் பின்னரான ஈழத்தமிழ் அரங்கெனப்படுவது ஏறக்குறைய அப்படித்தான் காணப்படுகிறது. ஈழப்போரானது சிங்களத் தலைமைத்துவத் தின் மிகச் செழிப்பான பகுதியை *(Cream)* மட்டும் அழிக்க வில்லை. அது தமிழ்ச் சமூகத்தின் மிகச் செழிப்பான பகுதியை யும்தான் அழித்திருக்கிறது அல்லது புலம்பெயர்த்திருக்கிறது அல்லது நீர்த்துப்போகச் செய்திருக்கிறது. எல்லாத் துறைகளி லும் வீரத்தையும் அறிவையும் ஒன்றை மற்றதால் இட்டு நிரப்ப வல்ல தீர்க்கதரிசனமும் தியாகச் சிந்தையும் ஜனவசியமும் மிக்க பேராளுமைகளின் வருகைக்காகக் காத்திருக்கிறது நாடு.

பேராளுமைகள் பெரும் செயல்களின் மூலம் உருவாக்கம் பெறுகின்றன. ஈழத் தமிழ்த் தேசிய அரங்கில் இப்போது பெரும் செயல் எனக் கூறத்தக்கது யாதெனில் தமிழ்த் தேசியத் தின் ஜனநாயக இதயத்தைப் பாதுகாத்து பலப்படுத்துவதுதான். அப்போதுதான் அறிவுக்கும், வீரத்திற்கும் இடையில் அனைத் துலக கவர்ச்சி மிக்க ஒரு புதிய தமிழ்ச் சமன்பாட்டை உருவாக்கலாம். எனவே, ஆயுத வரியும் வர வேண்டும். காதல் வரியும் வர வேண்டும் கானல் வரியும் வர வேண்டும். ஜனநாயக வரியும் வர வேண்டும்.

புதுசு கலை இலக்கியச் செயற்பாட்டின் மைய ஆளுமை யும், மூன்று வேறு பராம்பரியங்களின் கூட்டுருவாக்கமும், மூன்று தசாப்தங்களிற்கும் மேலாக அரசியல், கலை, இலக்கியம், ஊடகம் என்றெல்லாப் பரப்புகளிலும் சலியாது தொடர்ச்சியறாது செயற்பட்டு வருபவருமாகிய இரவியாலும் அவரைப் போன்றவர்களாலும் அது முடியும்.

ஒரு புதிய தமிழ் ஜனநாயக வரியை எழுதுவது என்பது.

ஏனெனில், மாற்றம் என்பதே உருவாக்கம்தான்.

யாழ்ப்பாணம் **நிலாந்தன்**
06-04-2013

நெருப்புப் பற்றியெழ
நெய்யிட்டோர்

ஐந்து நெடுங்கதைகளின் தொகுப்பு இது. சாதாரண மனித வாழ்வில் அதிகார அரசியல் ஏற்படுத் தும் அனர்த்தங்கள் இந்நெடுங்கதைகளில் மெல்லிய நூலாக இழையோடுகிறது. மக்கள் நலன் சார்ந்திருப்பி னும் சரி மக்கள் விரோதமாக இருப்பினும் சரி அதிகார அரசியல் என்பது எப்போதும் மக்கள்மீது பாதிப்பைச் செலுத்தவல்லது. ஜனநாயகத் தன்மை மிகுந்த மக்கள் நலனே எப்போதும் உவப்பிற்குரியது. ஆகவேதான் அதிகார அரசியல் மீதான கண்டனம் 'இப்படைப்புக் களில் தொற்றுவதனைத் தவிர்த்துவிட முடியாது.

அதிகார அரசியலுடன் ஒத்து ஓடாத அத்தனை மனிதர்களுக்கும் என்ன நிகழ்ந்ததோ அதுவே எனக்கும் நிகழ்ந்தது. 1992 மே 22ஆம் நாளன்று ஈழதேசத்தி லிருந்தும், 1995 டிசெம்பர் 24ஆம் நாளன்று இலங்கைத் தீவிலிருந்தும் என் உடலுக்கும் உயிருக்கும் ஊறு நேரா வண்ணம் தப்பியோடினேன். 'தப்பியோடுதல்' என்பது வெறும் சொல் அல்ல. தப்பியோடுகின்ற கணங்களில் ஏற்படுகிற பதட்டத்தையும் தப்பியோடிய பிறகு ஏற்படும் இழப்பின் வலியையும் எந்த வார்த்தைகளாலும் விவரித்துவிட முடியாது.

ஒன்றை இழந்து ஒன்றைப் பெறுதல் என்பதுபோல இவ்வாறான வெளியேற்றங்கள், அரசியல் சிந்தனை ரீதியாக என்னுள் செழுமையை ஏற்படுத்தியது. இன்னும் பரந்தும் விரிந்தும் சிறிது ஆழமாகவும், சிந்தனைச் செழுமை விசாலித்தது.

சுமார் நான்கு ஆண்டு காலம் கொழும்பில் வசிக்க நேர்ந்தபோது என்னுள் ஏற்பட்ட அரசியல் மாற்றம் சிறி தெனினும் முக்கியமானது. அக்காலத்தில்தான் 'தமிழ்த் தேசியம்' என்ற சொல்லின் முழுமையையும் 'சிங்கள பௌத்த பெருந்தேசிய இனவாதம்' என்ற சொல்லாடலின் குரூர முகத்தையும் புரிந்துகொள்ளத் தொடங்கினேன்.

தமிழ்த் தேசியவாதிகளோ ஈழ விடுதலைப் போராளிகளோ தங்கள் சொல், செயல் மூலம் இவற்றை எனக்கு போதிக்க வில்லை. அதற்கான முழு உரிமையையும் சிங்கள பௌத்த பெருந்தேசிய இனவாதிகளுக்கே வழங்குகிறேன்.

'இலங்கை என்ற நாடு சிங்கள மக்களுக்கு மாத்திரமே உரியது' என்ற நச்சு விதையை அவர்கள் சிங்கள மக்கள் மத்தியில் விதைக்கத் தவறவில்லை. சிங்கள மக்கள் மத்தியில் அவ்விதை ஆழ ஊன்றி பெரு விருட்சமாக விளையவும் தவறவில்லை.

ஆதலினால் இலங்கைத் தீவில் ஒரு இலையான் இருக்கும் இடம்கூடத் தமிழ் மக்களுக்கு மறுக்கப்பட்டது. தமிழர்கள் இரண்டாம்தரப் பிரஜைகள் அல்ல, ஓர் அடிமையாக, 'கள்ளத் தோணி'யாக, 'பறத்தமிழனாக' வாழ நிர்ப்பந்திக்கப்பட்டார்கள்.

இம்மறுப்பும், உதாசீனமும், நிராகரிப்புமே 'நாம் தமிழர்' என்ற உணர்வுக்கு எம்மை இட்டுச்சென்றது.

மனித உரிமைவாதிகளாகவும் மார்க்சீயம்மீது நேசிப்பு கொண்டோராகவும் உள்ள சிங்கள அறிவுஜீவிகள் சிலரை நான் அறிவேன். உலகில் ஒடுக்கப்படும் எல்லா மக்கள் மீதும் கொண்டுள்ள பரிவை எம்மீதும் அவர்கள் கொண்டுள்ளனர். என் மேலான நேசிப்பை அவர்கள் மீதும் படரவிட்டுள்ளேன்.

சிங்களத் தேசத்தில் நான் வாழ்ந்த அனுபவத்திலிருந்து ஆகக் குறைந்தது பத்து நெடுங்கதைகளாவது என்னால் எழுதிவிட முடியும். அவை ஒன்றுக்கும் 'யாவும் கற்பனை' என்று இறுதியில் முற்றுப்புள்ளி வைத்துவிடத் தேவையில்லை. புனைவு, கற்பனை, படைப்பாளுமை என்று எவையும் இல்லாமல் என்னால் அந்நெடுங்கதைகளை எழுதிவிட முடியும்.

அப்போதிலிருந்துதான் அரசியலில் பல விடயங்கள் பிடிபடத் தொடங்கின. கார்ல்மார்க்ஸ் உரைத்த 'உலகத் தொழிலாளர்களே ஒன்றுபடுங்கள்' என்ற வாசகம் தன் அர்த்தத்தை இழக்கத் தொடங்கிவிட்டதோ என்ற அய்யமும்

என்னுள் எழுந்தது. கார்ல்மார்க்ஸ் சொன்ன ஒன்றையும் இப்போது ஞாபகம் கொள்கிறேன். 'தேசிய இனங்களின் விடுதலையே நாம் காண விரும்பும் சோசலிச சமூகத்தின் முதற்படி' என்றார். இது முக்கியமான கூற்று என்றுதான் நம்புகிறேன்.

உண்மையில் வர்க்கத்தின் அடிப்படையில் மக்கள் இணைகின்றார்களா அல்லது தேசிய இன உணர்வின் அடிப் படையில் மக்கள் இணைகிறார்களா என்ற கேள்வி இப்போது எழுந்துள்ளது. இதனை எழுதிக்கொண்டிருக்கிற சமயம் ஈழதேசத்துத் தமிழ் மக்களுக்காக தமிழ்நாட்டுத் தமிழ் மாணவர்கள் நெருப்பைக் கையில் ஏந்தி இலட்சக் கணக்கில் அணி திரள்வதை எவ்வாறு புரிந்துகொள்வது? இங்கு வர்க்கமா இனமா தீர்மானகரமான சக்தியாகச் செயற்படுகின்றது.?

தொண்ணூறுகளில் நிகழ்ந்த ஓர் உதாரணத்தையும் குறிப்பிடுதல் சாலும். வர்க்க அடிப்படையில் ஒன்று சேர்ந்த சோவியத்யூனியனும் வர்க்க அடிப்படையில் கிழக்கு ஜேர்மனி, மேற்கு ஜேர்மனி என்று பிரிந்த ஜேர்மனிநாடும் வர்க்க அடிப்படை கொண்டு நிலைத்து நின்றனவா? அரை நூற்றாண்டுகூட ஆகவில்லை. இனங்களின் அடிப்படையில் சோவியத் யூனியன் சிதறுண்டது. ஓர் இனம் என்பதனால் கிழக்கு ஜேர்மனி, மேற்கு ஜேர்மனி என்று பிரிந்திருந்த ஜேர்மானியச் சமூகம் ஒன்றிணைந்தது. இவை என்னுள்ளும் சில பல கேள்விகளை ஏற்படுத்தின.

மேற்படி சம்பவங்களும் நான் கொழும்பில் பட்ட அனுபவங்களும் இன்னல்களும் ஏறக்குறைய தொண்ணூறு களின் ஆரம்பத்தில் இடம்பெற்றன. அரசியல் சொல்லாடல் களால் இவற்றை வெளிப்படுத்த எனக்குத் தெரியாது. இக்காலத்திலேயேதான் தமிழ்த் தேசியம் குறிந்த என் புரிதல் விகசித்து எழுந்தது. என்னை எனக்கு முழுமையாகத் தெரியும் என்பதனால் சொல்கிறேன். இதில் உண்மை என்ற ஒன்றைத் தவிர பொய்மை என்று எதுவும் இல்லை.

அனுபவங்களே அரசியலில் என்னை வழிப்படுத்தியிருந் தாலும் வேறு சிலர் தம் கருத்துக்களால் என்னை நெறிப் படுத்தியிருந்தனர். தோழர் விசுவானந்ததேவன், பேராசிரியர் கா. சிவத்தம்பி, நண்பர்கள் எஸ். கே. விக்கினேஸ்வரன், க. சிதம்பரநாதன், எஸ். யோதிலிங்கம், தராக்கி சிவராம், த. சர்வேந்திரா ஆகியோர் முக்கியமானவர்கள். எனது இலக்கிய முயற்சிக்கு என்றும் ஆதரவாக இருப்பவர் இ. பத்மநாப அய்யர் அவர்கள். இவர்களை நன்றியுடன் நினைவுகூர்கிறேன்.

இந்நெடுங்கதைகள் *வெளிச்சம், பரபரப்பு, அம்ருதா, தீராநதி, காலச்சுவடு* ஆகிய இதழ்களில் வெளியாகின. அவ்விதழ்களின் ஆசிரியர்களுக்கு என் நன்றி உரித்து.

காலச்சுவடினூடாக இத்தொகுப்பு வெளியாகிறது. அதற்குக் காரணமானவர் காலச்சுவடு கண்ணன் அவர்கள். அவருக்கும் இத்தொகுப்பை அழகுற வெளிக்கொணர்ந்த காலச்சுவடு பதிப்பகத்தாருக்கும் குறிப்பாக கலா, ஷாலினி ஆகியோருக்கும் என் நன்றி உரியது.

இத்தொகுப்பின் தரவைப் பார்த்து படி திருத்தியதில் ஒத்துழைப்பாக நின்றவர் மயூரன் (ஒருபேப்பர்) அவர்கள். அவருக்கும் நன்றி.

சீரிய முறையில் இந்நூலுக்குப் பாயிரம் எழுதியுள்ளார் நிலாந்தன் அவர்கள். இதன் அரசியல் கண்டு பாயிரம் எழுத சிலர் மறுத்திருந்த சமயம் நிலாந்தன் கை கொடுத்திருக்கின்றார். நன்றி நண்பா . . .

எப்போதும் எழுதும் சூழலை எனக்குத் தந்தவர்கள் என் குடும்பத்தார். மனைவி சுசீலா, மைந்தர்கள் சஞ்சயன், சஞ்சுதன் இவர்களுக்கும் நன்றி சொல்வது சரியல்ல.

இதில் இடம்பெற்ற 'சகபயணி' என்ற நெடுங்கதையின் இறுதியில் பதியப்பட்ட கவிதை போராளியும் பெண்பாற் புலவருமான அம்புலி எழுதியது. கவிதை தந்த அக்கைகளுக்கும் நன்றி.

மனிதர்கள் உயிர்க்க வேண்டும்.

மானுடம் தளிர்க்க வேண்டும்.

இலண்டன் — தோழமையுடன்

வைகாசி *2013* — **அ.இரவி**

ஆயுத வரி

தங்குவதற்கு இடம் தோதானதாக இல்லை. இனியும் வரப்போவதில்லை. இந்த அறை இப்போதைக்கு நன்று. இரவில் குளிர் எங்கிருந்து வருகின்றது என்று தெரியவில்லை. வரட்டும், ஆனால் அது விடியற்புறத்தில் எழும்ப விடுகிறதாக இல்லை. விடியற்புறத்திலிருந்தே செய்வதற்கு அனேக வேலைகள் காத்திருந்தன.

முன்னர் அவன் இருந்த அறை இரகசியமாகச் சாராயம் குடிக்கும் இடத்திற்கு அருகில் இருந்தது. யன்னலால் சாராயத்தின் மணம்கூட அறைக்குள் நுழைந்துவிடும். குடித்தவர்கள் அசிங்கமாகவும் உரத்தும் பேசாமல் விடுவார்களா, என்ன? மேலும் அறையின் யன்னலோ சிறியது. காற்றோட்டம் இல்லாது புழுக்கமான அறை. நித்திரையில் கூட வேர்த்து வடிந்த உடல். ஆசையாக ஒரு புத்தகம் வாசிக்கத்தானும் இயலவில்லை, அந்த அறையில். மேலும் ஒரு சோடிக் கண்கள் இவனைக் கண்காணித்துக்கொண்டிருப்பதையும் இவன் உணர்ந்தான்.

சிறிதுநாளைக்கென்று இப்போது இருந்த அறை நல்லது. தோட்டவெளி தாண்டி வரவேண்டிய வீடு இது. அந்நியர் யார் வந்தாலும் தெரியும். நாயின் குரைப்பு மாத்திரம் காட்டிக்கொடுக்க வேண்டியதில்லை. காற்றில் கமழ்ந்து வரும் அந்த மணமே காட்டிக்கொடுத்துவிடும். இரவுக்கானால் இல்லாது சாமமானால், தடதடத்த ட்ரக்கின் அல்லது ஜீப்பின் சத்தம் கேட்டு ஓடுவதற்குப் பின்புறம் பற்றைகள் தாண்டிய பெரும் பனங்கூடல் இருக்கிறது.

வேம்பு நிழல் செய்த முற்றம் தெரிந்த அறை, செவ்வரத்தம் பூக்களும் தெரிந்தன. இந்த அறைக்கு வந்த பின்னர்தான் மழைகூட அதிகமாகப் பெய்கிறதோ என இவன் சம்சயப்பட்டான். சில அறைகள், ஏன்

வீடுகள் சிலவற்றுக்காகத்தான் கட்டி முடிக்கப்படுகின்றன. குளிக்கக் கிணற்றடியில் ஏறினால் ஒருக்கால் கூட வழுக்காமல் விட்டதில்லை.

இந்த அழகை இரசிக்கின்ற காலங்கள் போயே போய் விட்டன. ஒரு புத்தகம் வாசிக்கக்கூட நேரம் இல்லை. நிறைய வேலைகள் வந்து சூழ்ந்துவிட்டன. ஊரில் வீட்டில் இருக்க முடியாது வந்தது ஒருநாள்.

இருந்த ஒரு நாள் சாமம் இராணுவம் வந்து வீட்டினுள் புகுந்தது. கதவை உதைத்து இராணுவம் புகுந்த கணமும் கிழக்குவாசல் கதவால் இவன் இருளில் பாய்ந்த கணமும் ஓரிரு செக்கன்களிலேயே வித்தியாசப்பட்டன. இராணுவம் வருவதை குரைத்துக் காட்டிய ரொமிக்கு துவக்குப் பிடியால் அடி போட்டான் இராணுவத்தான்.

மேகம் கறுத்து இன்றைக்கு மழை பொழியும் என்று பயம்காட்டிய அந்தப் பொழுதில் இலைகள் அனுங்கவில்லை. குளிர்ந்துகொண்டிருந்தது நாள். இன்றைக்குச் செய்யவேண்டிய வேலைகளைப் பட்டியலிட்டான்.

1) எட்டு மணிக்கு குமரனையும், பாலனையும் சந்திக்க வேண்டும். (புதிதாக, 'ஒன்று' இருப்பதாக குமரன் சொன்னான். ஆயிரத்து ஐநூறு ரூபாவாம். ஆயிரத்து இருநூறு ரூபாவுக்கு எடுக்கலாம் என்றும் சொன்னான். போனமுறை போனபோது அவன் அதை எடுத்து வைத்திருக்கவில்லை. அதற்கு ஏச வேண்டும்போல் இருந்தது. குமரன் முற்றத்தைக் கூட்டிக் கொண்டு நின்றான. வீட்டுக் கடமைகள் செய்துவிட்டு, இயலாத தாயாருக்குச் சமைத்தும் கொடுத்துவிட்டுத்தான் அவன் வெளிக்கிட வேண்டும். முற்றத்தைக் கூட்டிய புழுதிப் படலத் திற்குள் நின்று அவன் அதனைச் சொன்னான். மனது நிரம்ப வேதனை வந்தது. ஒன்றும ஏச மனம் வரவில்லை. "இண்டைக்கு நாளைக்கு எடுத்து வைக்கப் பார்" என்று மட்டும் சொன்னான்.)

2) ஒன்பதரைக்கு குருநகர் தேவாலயத்தில் மூன்று புதியவர்கள் நிற்பார்கள். அவர்களை செந்தூரன் கூட்டி வருவதாகச் சொன்னான். அவர்களைச் சந்தித்துக் கதைக்க வேண்டும். (முதற் சந்திப்பிலேயே "எப்ப அண்ணை றெயினிங்குக்கு அனுப்புவீங்கள்?" என்று கேட்கிறார்கள். அதுவும் லோக்கல் றெயினிங் வேண்டாமாம். இந்தியன் றெயினிங். இவர்களை என்ன செய்யலாம்? வள்ளத்தில்

ஏற்றி, நடுக்கடலில் சுத்தோ சுத்து என்று சுத்திவிட்டு, திரும்பக் காட்டுப் பக்கம் ஈழக்கரையில் இறக்கி பயிற்சி கொடுத்துவிட்டு, திரும்ப வள்ளத்தில் ஏற்றி நடுக்கடலில் சுத்திவிட்டுத் திரும்பக் கரையில் இறக்க வேண்டும். சொல்வார்களாக்கும்: "நான் இந்தியன் றெயினிங்")

3) பத்தரை மணிக்கு வள்ளியையும், நாச்சியாரையும் கொடிகாமத்துக்கு அனுப்ப வேண்டும். அவர்கள் யாழ்ப்பாணம் பஸ் நிலையத்தில் வந்து காத்து நிற்பார்கள். (இதுபற்றி அன்றைக்கு விவாதித்தபோது, "இனி நீ பெண்கள் அமைப்புடன் மினைக்கெடத் தேவையில்லை. பொறுப்பாகத் தமிழரசியை நியமித்து விட்டால் அவர் செய்வார். நீ எடுத்த வேலையை முடிச்சுக் குடுத்துவிடு. ஓராள் எல்லா வேலைகளையும் தலையில் எடுத்தால், ஒன்றுமே ஒழுங்கா நடக்காது" என்று சேந்தன் கூறி முடித்தார்.)

4) பன்னிரண்டு மணிக்கு மக்கள் வங்கி பூட்டப்படும். பன்னிரண்டரை அளவில் திருநாவைச் சந்திக்கலாம். சகல வற்றையும் சேகரித்து வைத்திருப்பார். ஒரு மணிக்கு தகவல் களை என்வலப்பிற்குள் போட்டு, மினிபஸ் ரைவர் அய்யாண்ணனிடம் கொடுத்துவிட்டால் இரண்டு மணிக்கு உரிய இடத்திற்கு போய்ச் சேர்ந்துவிடும். (இது மிகமிகக் கவனமாகச் செய்ய வேண்டிய வேலை துரிதமாகவும் கூட! சென்றமுறை வந்த வாய்ப்பு பிசகிவிட்டது. தகவல் துரிதமாக அனுப்பப்பட்டாலும் தகவல் சேகரிப்பின் கவனக்குறைவு காரணமாக சந்தர்ப்பம் நழுவியே விட்டது. அதற்காகச் சேந்தனிடம் இருந்து 'இம்மை மறுமை' இல்லாத ஏச்சு! அது பரவாயில்லை. ஆனால் அநியாயமே அந்தச் சந்தர்ப்பம்!)

5) மூன்று மணிக்கு அச்சகத்திற்குப் போக வேண்டும். அந்த நேரம்தான் முருகன் அண்ணையைச் சந்திக்கலாம் (சாப்பிட்டுவிட்டு பீடா சப்பிக்கொண்டு கண் அயரத் தொடங்குவார். கேட்ட காசு கொடுத்தாயிற்று, இன்னும் ஏன் மினைக்கெடுத்துகிறார்? வலு இரகசியமாக அடிக்கிற பிரசுரங்கள், புத்தகங்கள் ஒளித்து ஒளித்து அச்சடித்துத் தருகிறார். எத்தனை தரம் ஆமியும் வந்து சோதனை போட்டது! ஒன்றுக்கும் மசிந்தாரா? அத்தனையையும் என்ன மாதிரித்தான் மறைக்கிறாரோ?

யாவற்றுக்கும் மேலாக இரவிரவா சுவரொட்டி எழுத அச்சகத்தைத் தருகிறார்.

ஒரு சாமத்துக்கு சுவரொட்டி எழுதி முடிகிறது. ஒட்டப் போக வேண்டும். குகனின் அம்மா பெரிய வாளி நிறைய பசை காய்ச்சித் தந்தார். சுருள் சுருளா அடுக்கிக் கிடந்த சுவரொட்டியை எடுக்க இவன் போனான். முருகன் அண்ணன், அச்சகத்தின் தரையில் பட்டுக்கிடந்த சிவப்பு, கறுப்பு மைக்கறைகளை 'தேப்பந்தைன்' ஊற்றி துடைத்துக் கொண்டிருந்தார்.

"அண்ணை போஸ்ரர் ஒட்டப்போக உங்கன்ரை மோட்டசைக்கிள் வேணும்."

"அங்கால் மேசையிலை திறப்பு கிடக்கு. எடுத்துக்கொண்டு போ."

இவனுடன் குகனும் கூடப்போனான். அம்மன் கோயிலுக்கு முன்னால் பெருஞ் சுவரில் ஒட்ட வேண்டும். குகன் வீதியை எட்டிப் பார்த்தான். தூரத்தில் வாகனத்தின் இரண்டு ஒளிப்பொட்டுக்களும் தெரிகின்றன. இப்ப ஒட்டுவதில்லை என்று இவர்கள் ஒளிந்து நின்றார்கள். பத்து நிமிசம் அப்படி நின்றும் வாகனம் போகிறதாகக் காணவில்லை. இப்பொழுது போய் வீதியை எட்டிப்பார்த்தபோது, ஒளிப்பொட்டையும் காணவில்லை ஒன்றையும் காணவில்லை.

சுவரில் குகன் பசை பூசினான். சுவரொட்டியை விரித்து இவன், ஒட்ட வெளிக்கிட்ட வேளை காதருகே அந்தச் சத்தம் ட்ரக்! "ஆர்மி வந்திட்டாங்களெடா ..." எல்லாவற்றையும் போட்டுவிட்டு இருளுக்குள் இருவரும் ஓடினார்கள். நெருப்புப் பொறி பறக்க துப்பாக்கிகள் குண்டுகளைக் கக்கின. இருளுக்குள் துப்பாக்கிக் குண்டுகள் இவர்களைத் துரத்தி வந்தன. முதுகில் ஓட்டைகள் துளைக்கப்படப் போகின்றன. தெரியும். நடப்பது நடக்கட்டும்.

அம்மன் கோயில் கடந்தார்கள். அங்கால் பக்கம் தோட்டக் காணி. ஈரமண்ணில் கால் வைத்தபோது அது தெரிந்தது. மணம் வந்து மூக்கைத் தாக்கியபோது, சரி அது தக்காளித் தோட்டம்.

நிலா இல்லை இவர்களைக் காட்டிக்கொடுக்கக்கூடிய வெளிச்சத்தை இருந்த நட்சத்திரங்கள் கொடுக்கவில்லை.

தோட்டம் தாண்டி ஏறியது பனங்கூடல். துப்பாக்கிக் குண்டுகள் பின்னால் துரத்தி வரவில்லை. பாம்பு வந்தாலும்

பரவாயில்லை என்று பனையில் முதுகைச் சாய்த்து இருந்தார்கள்.

"அண்ணை விசயம் தெரியுமோ?" என்று அடுத்த நாள் காலை இவன் முருகன் அண்ணரிடம் விசயம் சொன்னான். "மோட்டச் சைக்கிளை விடு. உங்களுக்கு ஒண்டும் நடக்கெல்லைத்தானே? அம்மாள் தன்ரை இடத்திலை உங்களுக்கு ஒண்டும் நடக்க விடமாட்டாடா" என்றார் முருகன் அண்ணர்.)

6) ஐந்து மணியளவில் சைக்கிள் உழக்கத் தொடங்கினால் ஆறு மணிக்குக் காங்கேசன்துறைக்குப் போய் வகுப்பு நடத்தலாம். அரை மணித்தியாலம் காணும். ஆனால் தார் வீதியில் இராணுவம் நிற்கும் தண்டவாளத்தை ஒட்டிப் போகிற கையொழுங்கையால் போனால், ஒரு மணித்தியாலம் எடுக்குது. நேரம் எடுத்தாலும் பாதை பயமில்லை. ஆறு மணிக்கு தையிட்டி வாசிகசாலையில் வேலன் காத்து நிற்பான்.

(கிளியக்கா அந்த நேரம் பாராது, நித்திரைத் தூக்கம் பாராது புட்டு அவித்தா. ஒவ்வொரு தகரப் பேணியையும் தடவித் தடவி இரண்டு முட்டை எடுத்துப் பொரித்தா. அறைக்குள் கட்டி விட்டிருந்த இதரைக் குலையிலிருந்து இரண்டு பழங்கள் புடுங்கினா. இவனின் இராச் சாப்பாடா யிற்று அவை. தோட்டத்துள் இருந்த அட்டாளையில்தான் இவனின் இரவுப் படுக்கை. சோளகம் மெலிதாய் வீச, பனை ஆடி ஆடி ஓலை சரசரக்க அட்டாளைப் படுக்கை ஒரு சொர்க்கம். மிகமிகச் சின்ன அசைவுகளுக்கும் இவன் அவதானமாய் இருந்தான். ரோர்ச்லைற் வெளிச்சம் ஒன்று ஆடி ஆடி வந்தது. இவன் எழும்பி ஓடுவதற்காக அட்டாளை யில் இருந்து குதித்தான். 'ஆர்மி இப்படி ரோர்ச்லைற் பிடித்துக்கொண்டு வருமா? வந்தது கிளியக்கா. "கோழி அடிச்சோ, மீன் பொரிச்சோ புட்டைத் தராமல் முட்டைப் பொரியலோடை பேய்க்காட்டிப் போட்டன். இந்தா தம்பி, இதைக் குடிச்சிட்டுப் படு" என்று பாலைத் தந்தா)

7) அங்கே கீர்த்தியரையும் சந்திக்க வேண்டும். வகுப்பு நடாத்துகிறபோது வேலனிடம் சொன்னால் கூட்டி வருவான்.

(நெஞ்சு விம்மிய கறுத்த கட்டான உடம்பு கீர்த்திக்கு. வள்ளம் வலித்து, வலை விரித்த முரட்டுக்கை பப்பாசிக்காயை திருவலையில் வைத்து துருவிக்கொண்டிருந்தது. அது அன்றைய

ஒரு நேரம் மாத்திரமான சாப்பாட்டுக்கு உரியது. பப்பாசிக்காய் வறை. அப்படி ஒரு கறியை இவன் இதுவரை அறிந்ததில்லை. அன்றைக்கென்றல்ல இப்போது இதுதான் எந்நாளும் சாப்பாடு. இரவின் இருளைப் போக்காட்டும் வெளிச்சத்துக்கு பழைய செருப்பு, அல்லது பழைய ரயர் எரிந்து உதவி விடுகிறது. கடல் வலயப் பாதுகாப்புச் சட்டம் தமிழ்ச் செம்படவர்களை கடலுக்கு விடவில்லை. வள்ளம் வலித்து, வலை வீசி வாழ்வைக் கொண்டுபோக முடியவில்லை. சிங்கள நேவி ஒவ்வொரு வீடு வீடாக ஒவ்வொரு நாளும் சோதனை போடுகிறது.

வள்ளத்தில் இஞ்சின் இருக்கக்கூடாது. வீட்டிற்குள் இருக்க வேண்டும்.

வீட்டிற்குள் மண்ணெண்ணெய், டீசல், பெற்றோல், ஒன்றும் இருக்கக்கூடாது. வீட்டில் ஒன்றும் இல்லை. பப்பாசிக் காய் வறைச் சாப்பாடு. செருப்பு விளக்கு. கடலினால் இந்தியாவுக்கு பயிற்சி பெற போராளிகள் போகின்றனர். போராளிகள் போர் புரிய இந்தியாவிலிருந்து கடலூடாக வருகின்றனர். அதற்கான தடை.

8) வேறு?

சேர்ட்டை எடுத்துப் போட்டபோது சாடையாக மணத்தது. 'கரம்பனும்' பிடித்திருந்தது.

ஒவ்வொரு நாளும் குளிக்கிற போது ஒவ்வொரு சேர்ட் டாகத் தோய்க்கலாம். இந்த மழைக்கு காயுதில்லை. ஒரு சேர்ட்டை எடுத்தான். பொக்கற்றுக்குள் கசங்கிய இருபது ரூபாய்த் தாள். சைக்கிளை எடுத்தான். மழைக்கறுப்பும், மழைக் குளிரும் அப்படியே இருந்தன. 'இண்டைக்கு மழை பெய்தால்?' ஒரு வேலையும் நடக்காது.

இல்லை. குடையைப் பிடித்துக்கொண்டாவது திரிய வேணும். வெறும் மழையில் கரைந்துவிடும் என்று பயந்த வாழ்வா இந்த வேள்வி?

தோட்டம் கொத்தி குழை தாட்டுக் கொண்டிருந்தனர். காகம் அந்த இடத்தில் கரைந்துகொண்டிருந்தது. ஒழுங்கையில் மிதந்து வீதியில் ஏறினான். அவையெல்லாவற்றையும் தாண்டிய எட்டு மணிக்கு இருவரும் நின்றனர்.

"அம்மாவுக்கு எப்படி?" என்று குமரனிடம் கேட்டான்.

“அப்படியே இருக்கிறா” என்றான் குமரன்.

“இப்பவும் சமைச்சிட்டுத்தான் வந்ததோ?”

“அது எப்பவும் செய்யிற வேலைதானே?”

“எல்லாமே ஒவ்வொரு பொறுப்புகள் தான். தாயை மாதிரித்தான் தாய்நாடும். ஆனால் உன்ரை அம்மாவுக்கு உன்னை விட்டால் வேறை ஒருத்தரும் இல்லை. வேலையிலை கவனமா இருக்க வேணும். சுற்றுச்சூழலிலை அவதானமா இருக்க வேணும். நான் என்ன சொல்லுவனெண்டால், இப்ப உள்ளுக்கை வந்து முழுமூச்சா வேலை செய்யிறதிலும் பார்க்க, அமைப்புக்குத் தேவையான வெளி வேலைகளை ஆதரவாளர் மட்டத்திலை நிண்டு செய்யலாம். ஏதோ யோசிச்சுச் செய்யுங்கோ ... அண்டைக்குச் சொன்ன அந்தச் சாமானை எடுத்திட்டம் தானே?”

“ஓமோம். ஆயிரம் ரூபாய்க்கே அதை மடக்கிட்டன். உரிய இடத்திலை நேத்துத்தான் கொண்டு போய்க் குடுத்தனான்.”

“ஆ ... நல்லது”

“சாமான் சரி எண்டால்தான் காசு தரலாம் எண்டு சொன்னனான். இண்டைக்குப் போய்த்தான் விசாரிக்க வேணும்.”

மேலும் கதைப்பதற்கு விசயங்கள் இருந்தன. பாலனிடம் மாக்சிம் கோர்க்கியின் ‘தாய்’ நாவலை வாங்கினான். இரவைக்கு வேலனிடம் கொடுக்க வேண்டும்.

பத்துப் பேரிடமாவது ‘தாய்’ போய் வந்திருப்பது. ஒற்றைக் கசங்கலில் தெரிந்தது. கையுடன் கொண்டு வந்திருந்த சிங்கிஸ் ஐத்மாத்தவ்வின் ‘குல்சாரி’யை பாலனிடம் கொடுத்தான்.

“வேறை என்ன?”, நாங்கள் செவ்வாய்க்கிழமை இரண்டு மணிக்குச் சந்திப்பம். இந்த இடம் தான். இல்லை, இடத்தைப் பிறகு அறிவிக்கிறன். அதுக்கிடையிலை கிளையைத்தான் ஒருக்காக் கூட்டுங்கோ. இந்தச் சுற்றறிக்கையையும் எல்லா ரிட்டையும் குடுத்து விடுங்கோவன். கிளைக் கூட்டத்திற்கு நாங்கள் ஆரும் வரவேணுமெண்டால் சொல்லுங்கோ வாறம்.”

“செவ்வாய்க்கிழமை வேண்டாம். புதன் சந்திப்பம். செவ்வாய்க்கிழமை நான் பருத்தித்துறைக்குப் போக வேணும்.” என்று பாலன் சொன்னான்.

“சரி வாறம் அண்ணை” என்று பாலன் சொல்ல இருவரும் புறப்பட்டனர்.

வந்த ஒழுங்கையால் திரும்பினால் தான் இவன் தேவாலயம் போகலாம். ஒரு முகம் இவனைக் கடந்து போனது. எங்கேயோ அடிக்கடி கண்ட முகம். எங்கு கண்டிருக்கக்கூடும்? ஞாபகம் வருகிறதாக இல்லை. இவன் சைக்கிளை நிறுத்தித் திரும்பிப் பார்த்தான். சிறிது தூரம் சென்ற அவன் சைக்கிளை வளைத்துத் திருப்பினான். இவன் நிற்பதைக் கண்டோ என்னவோ வந்த ஒழுங்கையால் திரும்பிப் போனான். என்ன இது? யார் இவன்?

தேவாலயத்தின் பின் பக்கப் படிகளில் அமர்ந்தனர். எதிரே வேப்பமரம் குடை விரித்திருந்தது. ஈரலிப்பான நிலத்தின் மேல் போர்க்கப்பட்ட பச்சைப் புற்கள். மெழுகு திரியும் கொண்டு தேவாலயத்தினுள் இரு பெண்கள் புகுந்தனர். இவன் சொல்லிக் கொண்டிருந்தான்.

செந்தூரன் கூட்டி வந்த மூன்று புதியவர்களும் “ம் . . . ம்” என்று கதை கேட்டனர். தங்கள் கைகளிலிருந்து துப்பாக்கிகள் முழங்கும் நாளுக்காகவே அவர்கள் காத்திருந்தார்கள். “அப்ப என்ன நைக்கிறீங்கள்?” என்று இவன் கேட்டு முடித்தான்.

ஒரு கிழவர் உடம்பைப் போர்த்தியபடி அருகில் வந்து அமர்ந்தார். பூளை சாறிய கண்கள் அவருடையன. இவன் இன்னும் சொல்ல இருந்தது. பிறகு ஒரு நாளைத் தீர்மானித்து விட்டு இவன் எழுந்தான். “உங்களை எப்ப எங்கை சந்திக்கிறது எண்டதை இவர் சொல்லுவார்.”

மூவரும் சென்ற பிறகு ஒரு வடை தின்று தேநீர் குடிப்பம் என்று செந்தூரனையும் கூட்டிக்கொண்டு தேநீர் கடைக்குச் சென்றான். கதைக்கவும் விசயங்கள் இருந்தன.

“இவையளைக் கொஞ்சம் விட்டுப் பிடியுங்கோ. நிண்டு பிடிப்பாங்களோ தெரியேல்லை. சில்லறை வேலைகளைக் குடுத்துப்பார். தேறினாப்பிறகு பாக்கலாம். ஆக்களோடை தொடர்ந்தும் தொடர்புகளைப் பேணுங்கோ. மற்றது முக்கிய மான விசயம் சரவணனண்ணை உன்னை உடனடியாகச் சந்திக்கச் சொன்னவர். நாளைக்கு ஒரு மணிக்கு தெல்லிப் பழையிலை வந்து பாக்கட்டாம். போகேக்கை கவனம். சாமான் வைச்சிருக்கிறாய்தானே?”

"என்ன விசயம்?"

"தெரியேல்லையெடாப்பா. நீ போய்ச் சந்தியன்"

இவனுக்குத் தெரியும். நேற்றுப் பின்னேரம் நாலு மணிக்கு கொக்குவில் ஸ்ரேசனுக்குள்ளை வரச் சொல்லித் தகவல் வந்தது. போனான். சரவணனண்ணை நின்றார். முகத்தில் கோபம். கறுத்துப் போன முகத்தால் சிரிக்கப் பார்த்தார்.

"இரண்டு பேரும் என்ன செய்தனியள்?" என்று உடனே கேட்டார். பேசாது நின்றான். சொல்ல ஒன்றுமில்லை. நன்மை என்று செய்யப் போனது அமைப்புக்கு பாதகமாகி விட்டது. அதிலும் முக்கியமானது: உரிய இடத்தில் உரிய நேரத்தில் அறிவிக்கப்படவில்லை.

ஏலவே சொன்னதுதான். 'நூற்றியொன்றும்' வேண்டாம் 'தொண்ணூற்றொன்பதும்' வேண்டாம். சொன்னதைச் செய். ஆர்வம் மிகுந்தால், அதிகம் தெரிந்தால் அறிவித்து விட்டு, அதன் சாதக பாதகங்களை அலசி விட்டுச்செய். தான்தோன்றித் தனமான செய்கை வலைப்பின்னலை அறுக்கும். அமைப்பை உடைக்கும். செயல்களைச் சிதைக்கும். உன்னுடைய, என் னுடைய வீடல்ல இது. உணர்வு கொண்டோர் யாவரினதும் வேள்வி. இலக்குத் தெளிவு. பயணம் திடம். கால்கள் உறுதி. நெஞ்சில் வீரம். சோர்தல் அறியா உழைப்பு. போதும், போதும். இவை போதும். போ. அடுத்த வேலையைக் கவனி. திறம்படச் செய்ய முனை. போ!

பத்தரைக்கு வருகிறோம் என்ற வள்ளியும், நாச்சியாரும் பதினொன்றேகாலுக்கே வந்தனர். சாந்தித்தியேட்டர் ஒழுங்கை யில் யாரும் கவனியாத பக்கமாகச் சைக்கிளில் உலைந்து திரிந்தான். முன்னே விட்ட நீட்டுப் பின்னலில் வள்ளி சட்டெனத் தெரிந்தாள். தூரத்திலிருந்தே வள்ளியின் புன்னகை இவனைத் தொட்டது.

"வந்த பஸ் பிரேக் டவுண்" என்றாள் வள்ளி. அவள் சீலை கட்டியிருந்தாள். "என்ன சீலையோடை?" என்று கேட்டான். "சந்தேகம் இருக்காதெல்லோ?" என்றாள் வள்ளி. நாச்சியார் அதற்குமே அளவான புன்முறுவலைத் தந்தாள்.

கிளீன்சேவ் எடுத்த கறுத்த ஆள் ஒருவன் இவனைப் பார்த்து, காணாத மாதிரி முகத்தைத் திருப்பிக் கொண்டு நடந்து போனான். இவனையும் எங்கேயோ கண்ட மாதிரி இருக்கிறது. காலமை ஒழுங்கையில் சைக்கிளில் போனவன்

அல்லன். இவன் வேறொருவன். அடிக்கடி கண்ட முகம். எங்கே?

இவனை நிழலாக ஞாபகம் இருக்கிறது. ஒரு மஞ்சள் கட்டடத்தின் பின்னணியில், கதவு, யன்னல் நிலைகளுக்கு கறுப்புப் பெயின்ற் அடித்திருக்கிற பின்னணியில், நிழலாக நின்றிருக்கிறான். அப்போது மீசை இருந்ததா, இல்லையா? இருந்தது போல. ஆனால் கண்ணாடி அணிந்திருக்கவில்லை என்று நிச்சயமாகச் சொல்லலாம். அவன் தானா? எங்கே கண்டது?

இல்லையா? அது இவன் இல்லையா? வேறு யாரோவா? எல்லாம் பிரமையாக இருக்குமோ? அருண்டவன் கண்ணுக்கு ஆகாசமெல்லாம் பேய். அப்படித்தானா? வேண்டாம், எவனாக இருந்தாலும் கவனமாக இருப்போமே!

"வாங்கோ அங்காலை போய்க் கதைப்பம்" தேநீர் கடைக் குள் புகுந்தார்கள். "ரீச்சர் வீட்டை போனால் மற்றாக்கள் வந்து நிப்பினம்" என்று சொல்லத் தொடங்கினான்.

ரீச்சர் வீட்டில்தான் வள்ளியை முதன் முதல் கண்டது. லாம்பு வெளிச்சத்தில் இரவு கண்ட முகம். நீட்டுப் பின்னலும் மூக்குத்தியும்தான் உடன் மனதில் பதிந்தது. இன்னொன்றும்! அப்பம் மாதிரி வட்டமான முட்டைப் பொரியலைத்தான் இவ்வளவு காலமும் தின்றது. இது வறை மாதிரி வறுத்த முட்டைப் பொரியல். பாணுக்கு வள்ளி செய்து தந்தா. "இது வள்ளியின்ரை ஸ்பெசல்" என்று ரீச்சர் சிரித்தா.

"வள்ளி இப்பதான் நீங்களாகவே முன்னுக்குப் போய் கதைக்கத் தொடங்கிறியள். இயல்பாக இருங்கோ. உங்களாலை ஏலும்." அதை வள்ளி தலை சாய்த்து மாறாப் புன்னகையுடன் கேட்டா. இன்னும் என்னென்ன விசயங்கள் கதைக்க வேண்டும் எப்படி அவர்களை அமைப்பாக்க வேண்டும் என்ற விசயங் களைச் சொன்னான்.

"நீங்கள் பெண்கள் அமைப்புக்கான சஞ்சிகை வெளியிடுறது பற்றிக் கேட்டீங்கள். அதுபற்றி அமைப்போடை கதைச்சனான். அவையள் உங்களோடை கதைப்பினம். பெண்கள் அமைப் புக்குப் பொறுப்பா தமிழரசியை நியமிச்சிருக்கு..."

பெண்கள் அமைப்புடன் இனித் தனக்கான தொடர்புகள் குறைவதையும், வேறு தோழர்கள் அதனைக் கையேற்பதையும்

சொன்னான். வள்ளியின் முகத்தில் புன்னகை சற்று மறைந்து கொண்டு போனது. மூக்குத்தியும் தன் ஒளி இழந்தாற் போல.

அவர்களிடம் போதுமான பணம் இருக்கிறதா எனச் சரி பார்த்தான். "சரி வெளிக்கிடுங்கோ. நான் வாறன்" என்று புறப்பட்டான். வள்ளியின் முகத்தில் சாடையான துயர் நிழலாட 'போட்டு வாங்கோ' என்று சிரித்தாள்.

சட்டென 'கமெரா பிளாஸ்' கண்ணில் மின்னிற்று என்ன அது? யார் எடுத்தது? ஒன்றும் புரியவில்லை. நிறையப் பேர் நடக்கிறார்கள். சைக்கிளில் போகிறார்கள். மிக வேகமாகப் போன மோட்டார் சைக்கிளில் இருவர். யார் அது? எந்த அசுமாத்தமும் சூழலில் தெரியவில்லை. உண்மையில் கமெரா மின்னியதா? அல்லது பிரமையா? என்ன நிகழ்கிறது? இன்னும் கவனம் தேவை இன்னும் அவதானம் தேவை. அன்னியரின் அத்தனை கண்ணசைவுகளையும் ஆழ்ந்து அவதானிக்க வேண்டும்.

"என்ன மச்சான்?" என்று ஒரு கை இவன் முதுகைத் தட்டியது. உடல் சடக்கென உதறல் எடுத்துத் திடுக்கிட்டது.

"என்னடாப்பா கனக்க யோசிக்கிறாய்?"

அட, இது இவன் பாலா. கண்டும் எவ்வளவு காலமாச்சு. நிறையக் கறுத்து ஆனால் அதே மாதிரி இருந்தான். "எப்பிடி இருக்கிறாய்?" என்று இவன் கேட்டான்.

"வாவன் ரீ குடிச்சுக்கொண்டு கதைப்பம்" இழுத்தான் பாலா.

"இப்பதான்ரா குடிச்சனான்."

"பரவாயில்லை, வா."

தட்டில் சூசியம், வாய்ப்பன், போண்டா, உழுந்து வடை, கடலை வடை என நிறைந்து வந்தது. இரண்டு "ரீ தாங்கோ. சாப்பிடு மச்சான்" என்றான் பாலா. கடலை வடையைப் பிய்த்து வாய்க்குள் போட்டு பாலா சொன்னான்:

மேசன் வேலை செய்துதான் குடும்பத்தைப் பார்க்கிறான். அடுத்த வருசத்துக்கிடையிலை ஒரு தங்கச்சியை கலியாணம் முடித்துக் குடுக்க வேண்டும். வயலாலையும் மேசன் வேலை யாலையும் வருகிற காசிலைதான் குடும்பத்தை ஓட்டக் கூடிய தாக இருக்கு.

இரண்டு வருசத்துக்கிடையில் இரண்டு அண்ணன்மாரை யும் இழந்தாயிற்று.

மூத்தண்ணர்:

அவ்வளவு உயரமில்லை அந்தக் கட்டடம். மேலே ஏறி தீந்தை பூசியிருக்கிறார். கால் சறுக்கியோ, தலை சுற்றியோ அவர் விழுந்திருக்கிறார். தலை நிலத்தில் படவில்லை. பாறாங் கல்லில் மொத்தென்று சிதறியது. ஆஸ்பத்திரிக்குக் கொண்டு போக வேண்டிய தேவையே இருக்கவில்லை.

சின்னண்ணர்:

சின்னண்ணரும், மச்சான்மார் இரண்டு பேரும் நெல் ஏற்றிக்கொண்டு வந்திருக்கிறார்கள். வருகிற வழியிலை பற்றை களுக்குள் பதுங்கியிருந்த சிங்கள ஆமி றக்ரரை மறித்திருக் கிறாங்கள். சின்னண்ணர் றக்ரரை நிப்பாட்டியிருக்கிறார். மச்சான்மார் குதித்து ஓடியிருக்கிறார்கள். சிங்கள ஆமி சுடத் தொடங்கியிருக்கு. ஒருத்தனுக்குச் சூடுபட்டிட்டுது மற்றவன் தப்பியிட்டான். சின்னண்ணர் சீற்றிலேயே சரிந்திருக்கிறார். சின்னண்ணரையும் சூடு வாங்கிய மச்சானையும் றக்ரரிலேயே போட்டு பத்த வைத்திருக்கிறார்கள். அப்பு அம்மாவையள் போய்ப் பார்க்கிறபோது சீற்றிலை சின்னண்ணர் கருகிக் கிடக்கிறார். பெட்டியிலை மச்சான்.

ம்... அம்மா அதோடை அப்பிடியே உருக்குலைஞ்சு போனவதான். வீடு உருப்பட ஒரு வழியும் இல்லை. அந்த மச்சானைத்தான் தங்கச்சிக்கும் பேசி வைச்சது எல்லாம் அப்பிடியே போச்சு. என்ன வேதனை எண்டால் அண்டிரவு லங்காபுவத் செய்தி சொல்லுது 'றக்ரரிலை சென்ற இரண்டு பயங்கரவாதிகள் சுட்டுக் கொலை' எண்டு. வயல் வேலையாலை வந்த சின்னண்ணன் பயங்கரவாதி. ம்... இதெல்லாத்தையும் ஆரிட்டைச் சொல்லி அழ? உடனை இயக்கத்துக்கு ஓடு, எல்லாச் சிங்கள ஆமியையும் சுட்டுத் தள்ளு எண்டுதான் மனசு சொல்லிச்சுது. செய்திருக்கலாம். அம்மா அப்பு அவையள்? சரி அவைக்குத் தான் வயசு போட்டுது... தங்கச்சிமாருக்கு ஆர் இருக்கினம்? ஆனால் இன்னுமொண்டு தங்கச்சிமாரை பாக்க வேணும் எண்டு சொல்லுறன். நானும் சின்னண்ணன் மாதிரித் தான் போவன் எண்டு மனசு சொல்லுது. இஞ்சை அப்பிடித்தானே எல்லாம் நடக்குது."

இவற்றைச் சொல்கிற பாலாவுக்குக் கண் கலங்கவில்லை நெஞ்சு கலங்கிக் கிடந்தது.

"சரி என்ரை கதைகளை விடு. நீ இப்ப என்ன செய்யிறாய்? ஏ.எல்லிலை நல்ல றிசல்ற் எல்லே எடுத்தனி. இப்ப யுனிவேசிற்றி யாக்கும் . . . ஆ..?"

"இல்லை யுனிவேசிற்றிக்கு ஒரு வருசம் போயிட்டு இப்ப நிண்டிட்டன் . . ."

"ஏன்ராப்பா?"

"நீயும் செய்ய வேண்டிய வேலையை உனக்காக, எனக்காக, எல்லாருக்குமாக நானும் இப்ப செய்யிறன்" என்று சொன்னால் அதைப் பாலாவினால் புரிந்துகொள்ள முடியுமா?

இவர்கள் இருந்த தேநீர் கடைக்குள் ஒரு முகம் எட்டிப் பார்த்துவிட்டு விறுவிறுவெண்டு நடந்து போனது. காலையி லிருந்து நிழலாகப் பின் தொடருகிற கிளீன்சேவின் முகம். இது தெரிந்த முகம். அடிக்கடி காண்கிற முகம். முந்தி இருந்த அறைக்கு முன்னும் சாராயம் குடிக்கிற மாதிரி நின்ற முகம். இந்த முகத்தை வேறெங்கேயோ மிக அழுத்தமாகக் கண்டிருக் கிறான்.

"பாலா வரட்டா? எனக்கு அவசர வேலையிருக்கு. பிறகு சந்திக்கிறன். தங்கச்சியின்ரை கலியாண வீட்டுக்கு அறிவி. வருவன். வாறன்ரா?"

"எங்கை அறிவிக்கிறது?" என்று பாலாவின் வாய் உன்ன முன்னம் இவனைக் காணவில்லை.

மிக இக்கட்டான இடத்தில், மிக இக்கட்டான சந்தர்ப் பத்தில் இந்த முகத்தைக் கண்டிருக்கிறான். நன்றாகத் தெரியும். மஞ்சள் கட்டடம் அல்ல மஞ்சள் சுவர்ப் பின்னணி. இப்போது மூக்குக் கண்ணாடி, மீசை இல்லை. அப்போது மூக்குக் கண்ணாடி இல்லை மீசை இருந்தது. அவ்வளவும் சரி. ஆனால் எங்கே அவனைக் கண்டது? மூளையைப் போட்டு உலுப்பு உலுப்பென்று உலுப்பினான்.

அறையில் டேவிட் நிற்கவில்லை. அவன் அவ்வாறு நிற்பவனும் அல்லன். பஞ்சன் அண்ணையின் தேநீர்க்கடையின் அடுப்படிப் பக்கம் நிற்பான். வருவோர் பிழையானவர் என்று கண்டால், "வடை சுட்டாச்சா?" என்ற பஞ்சன் அண்ணையின் குரல் கேட்டால், அடுப்படியின் பின்பக்கம் விறுவிறுவென நடந்து, மதிலேறிப் பாய்ந்து எங்கேயோ, எப்படியோ போய் விடுவான் டேவிட். முகம் சுளித்து ஒரு மிடறு சாராயம்

குடிக்க வருவோரே அடுப்படிப் பக்கம் தலை காட்டுவர். மீதி அனேக நேரங்களில் வடை சுடுவதில், மோதகம் அவிப்ப தில், ரொட்டி சுடுவதில், வாய்ப்பன், சுசியம், போண்டா தயார்ப்படுத்துவதில், கறிகளின் உப்பு புளி பார்ப்பதில், இறைச்சிறோஸ்ற்றை சுவைப்பதில் அங்கு டேவிட் ஒருவன்.

டேவிட்டைச் சந்திப்பதற்கு பஞ்சன்அண்ணை கடையில் தேநீர் குடிக்க வேண்டும். பில் வரும். பில்லில் எவ்வளவு காசு என்பதுடன் ‘சரி’ என்ற அடையாளம் இருக்கும். கை கழுவுகிற சாட்டில் உள்ளே புக வேண்டும். அங்கு டேவிட்!

நின்றான். “ஒரு புதுச்சோலி . . . வெளியிலை வா சொல்றன் . . .” டேவிட் இவனை கிணத்தடிக்கு கூட்டிப் போனான். “சொல்லடாப்பா என்ன விசயம்?”

சொன்னான்: “ஒருத்தர் இப்ப ஒரு மாதமா எனக்குப் பின்னாலை திரியிறார்?”

“என்ன சொல்லுறாய்? உறுதியாக்கீட்டியா?”

“ஓம் அவரை நான் கனநாளாக் கவனிக்கிறன் . . . இண்டைக்கொருக்கா அவரை முழுசா விசாரிக்க வேணும் . . . குருநகரிலை ‘சாமான்’ இருக்குத்தானே?”

“இருக்கு”

“மினைக்கெடக் கூடாது. மினைக்கெடுகிற ஒவ்வொரு கணமும் எங்கன்ரை தலைக்கு வைத்த குறி நெருங்கி வருது. நாங்கள் முந்த வேணும்.”

“உடனை அமைப்புக்கு அறிவிச்சுப் போட்டு அடுத்த கட்டத்துக்கு நகர்றது நல்லது.”

“ஓம் அன்ரனிட்டை சொல்லி விடுவம். ஆனால் அமைப் பின்ரை அனுமதி வரும் வரைக்கும் காத்து நிண்டால் கடைசியா குடி முழுகும்”.

“முதல் அறிவி. அனுமதி பெற வேணும் எண்டில்லை. அண்டையான் பிரதேசக் குழுக் கூட்டத்திலை இது பற்றிக் கதைச்சது தானே?”

கதைத்தது! அது பிரச்சினையான கூட்டம். எல்லாவற்றை யும் பிரதேசக் குழுவுக்கு அறிவித்து விட்டுச் செய்வதென்றால்? காரியம் நிகழாது. அழிவுகள் அதிகமாகும். காலம் வீணே

கழியும். அறிவிக்காமல் செய்தால்? தான் தோன்றித்தனமான முடிவுகள் அமைப்பைப் பாதிக்கும். போராட்டத்தைப் பின் தள்ளும். நியாயமான முடிவுகள் எடுப்பதில் இடர் நேரும்.

போருக்கு உகந்த முடிவுகள் எடுக்கப்பட்டன. எல்லோர் முகங்களின் மலர்வில் திருப்தி தெரிந்தது. கோடியால், வடக்கு வாசலால், மேற்குப் புறத்தால், முன் கேற்றைத் தள்ளி ஒவ்வொருவராகப் புறப்பட்டுப் போயினர்.

இவன் வெளியில் வந்தான். கொஞ்சத் தூரம் நடந்து திரும்பினான். இப்போது வீதியில் வெளிச்சம். விடிந்தால் இனி ஒரு புதுவருசம். வெடிச்சத்தம் கேட்கிறது. பனிக்குளிருக்கு கந்தகமணம் பரவ முடியாமல், அமுங்கி இவன் மூக்கை நிறைத்தது. என்னவோ மனதில் பெரு மகிழ்வு.

"அவசரம் எண்டால், சரிதான் எண்டால், உறுதியாக் கிட்டாச் செய்யலாம் எண்டு சொன்னவையள்" தானே? செய். உயிர் மிக மிகப் பெறுமதியானது. அர்த்தம் இல்லாமல் உயிரை வீணாக்கிட்டம் எண்டு காலம் கடந்து அறிவு வாறத்திலை ஒரு பிரயோசனமும் இல்லை. நாங்கள் செலவழிக்கிற ஒவ்வொரு குண்டுக்கும் பெறுமதி இருக்கு. அதை அவமாக்கி விட்டிடாதை. துப்பாக்கிகள் முட்டாள் தனமானவை எண்ட எந்தப் பழிச்சொல்லும் எங்கள் மேலை விழக்கூடாது. புரிஞ்சு கொள்வாய் எண்டு நம்பிறன்."

"தெரியும் டேவிட். நீ சொல்லுற எதிலையும் எனக்கு முரண்பாடு இல்லை. நான் கவனமா இருப்பன்"

"நீ முழுசா விசாரி. இண்டு இடுக்கு எதையும் விடாதை. அவன் வேறையும் நிறையத் தகவல் எடுத்திருப்பான். எதுக்கும் இளங்கோவையும் கூட்டிக்கொண்டு போ. உன்னைப் பின் தொடரச் சொல்லு அவனை நீ முதல் எங்கை கண்டனி எண்டது இன்னும் ஞாபகம் வரேல்லையோ?"

"வந்திட்டுது"

"என்ன?"

"உனக்கு ஞாபகம் இருக்கா? மயிலிட்டிக்குப் போகேக்கை என்னை ஆமி பிடிச்சது..."

"ஓமோம்... அப்ப உன்னோடை சுகந்தனும் சைக்கிளிலை வந்தவன், என்ன?"

இவன் பாரில் இருக்க சுகந்தன் சைக்கிள் உழக்கினான். வாடைக்காற்று வீசவில்லை அந்த நாளில். உலுப்பிக்கொண் டிருந்த சோளகம் சைக்கிளை வேகமாக உருட்டியது. இவனின் பொக்கற்றுக்குள் பட்டியல் ஒன்றிருந்தது மயிலிட்டியில் யார் யார் எவ்வளவு பணம் தருவோம் என்கின்ற பட்டியல்.

ஒரு இராணுவத் தொடரணி எதிர்த்தாற் போல தெல்லிப் பழைப் பக்கம் போனது. "டேய், உன்னை ஒருத்தன் ஒரு மாதிரிப் பாத்துக்கொண்டு போறான்ரா?" என்றான் சுகந்தன். இராணுவத் தொடரணி போன திசையை சுகந்தன் திரும்பிப் பார்த்தான். "திருப்பிறாங்களெடா" என்றான் சுகந்தன்.

சைக்கிள் வேகம் கொண்டது. உன்னி உன்னி உழக்கினான் சுகந்தன். இவன் டபிள் பெடலை இறுக்கிப் போட்டான். வந்த ஒழுங்கையால் திருப்பினான். தெரிந்த பள்ளிக்கூட வளவுக்குள் சைக்கிளை விட்டான். இவன் சைக்கிளை விட்டுக் குதித்தான். கால் கெளித்தது. விழுந்தான். எழும்பி ஓட முடிய வில்லை. சுகந்தன் சைக்கிளைப் போட்டுவிட்டு மதில் ஏறிப் பாய்ந்தான்.

இவனைச் சுற்றி துவக்கு முனைகள். இவன் கண்ணுக்குள் துவக்குமுனை நெருங்கி வந்தது. கண்ணைக் குத்திக் கிழிக்கப் போகிறது.

இல்லை, அப்படி நிகழவில்லை. முகத்தில் சப்பாத்துக் காலால் ஒரு உதை. முதல் உதையிலேயே முகம் எரிந்தது. ஒரு உதை அல்ல ஒன்பது உதைகளும் அல்ல. உதைகளே இவனைத் தூக்கி ஜீப்பிற்குள் வீசியது. ஜீப்பிற்குள் சுருண்டு விழுந்தான். ஜீப் உருளத் தொடங்கியது.

துவக்கு நுனியில் இருந்த கத்தியால் முதுகைக் குத்தினார் கள். "அய்யோ அம்மா" என்ற குழறல் வரப் பார்த்தது. இல்லை, வேண்டாம். "ஆ..."

முதுகில் இரத்தம் ஊர்ந்தது. சேர்ட் கொலரைப் பிடித்து இவனை நிமிர்த்தினான் ஒருவன். தொப்பியால் முகத்தை மூடச்சொன்னான். முகத்தில் விழுந்தது குத்து. எந்தப் பக்க மிருந்து வருகிறது குத்து? தெரியவில்லை. தெரிந்தால் முகத்தை அசைத்து குத்தின் வேகத்தை குறைக்கலாம். விழுந்த குத்துக் களின் வேகம் வலு வீச்சாக இருந்தது. காதிற்குள் கூவென்ற இரைச்சல். மூக்கிலிருந்து இரத்தம் கொளகொளவென்று கொட்டுகிறது. எச்சில் இப்போ உப்புக்கச்சல். காது மடல்

அ. இரவி

வெகு சூடு. முகம் வீங்கிப் பொருமிப் போச்சு. முகம் எரிகிறதும், அனல் பறக்கிறதுமாக இருக்கிறது.

ஜீப் நின்றபோது பிறகொரு உதை. இவன் கீழே விழுந்தான். கண்ணைத் திறந்தான். ஒரு கண் திறபடவில்லை. மங்கலான வெளிச்சம். இடக்கண் வெய்யில் வெளிச்சத்தைத் தந்து ஆமி குதித்ததைக் காட்டியது. ஒருவன் சேர்ட் கொலரில் இவனைத் தூக்கி இழுத்தான். இழுபட்டுக்கொண்டு போனான். சித்திர வதைச் சாதனங்கள் உள்ள அறை ஒன்றை இவன் கண்டான். அப்பாலிருந்த அறையில் "ம்ம் . . ." என்ற முனகல் சத்தமும், "ஆ, ஐயோ" என்ற குழறல் சத்தமும் ஒரே நேரத்தில் கேட்டன.

இராணுவச் சீருடை அணிந்த ஒருவன் முன் இவன் நிறுத்தப்பட்டான். அவன் முகம் தாடியில் உப்பிப்போய்க் கிடந்தது. மஞ்சள் பெயின்ற் அடித்த சுவரில் கதவுநிலை, யன்னல்நிலை கறுப்பாக இருந்தன. தாடிக்காரன் சிங்களத்தில் எதுவோ கேட்டான். மீசை இருந்து கண்ணாடி அணியாத ஒருவன் சடக்கென அறையிலிருந்து வெளிப்பட்டான். "அய்யா என்ன கேக்கிறாரென்றால் . . ." சொல்லத் தொடங்கினான். இவன் பலவற்றுக்குத் "தெரியாது" என்றான். சிலவற்றுக்கு ஓமென்றான். பலவற்றுக்கு இல்லையென்றான்.

உனக்கு புலிகளைத் தெரியுமா?"

"ஓம் தெரியும்."

தாடிக்காரன் கண்கள் ஒளிர நிமிர்ந்தான். அவன் உடலை அந்தக் கதிரை கொள்ளவில்லை. தாடிக்காரன் இருந்த உயரமே இவனளவு உயரமாக இருந்தது. "யார் யார் சொல்.

எங்கே கண்டாய்? ம் சொல்"

"காணேல்லை. அறிஞ்சிருக்கிறன்"

"யார் சொல்"

"பிரபாகரன், உமா மகேஸ்வரன், குட்டிமணி, தங்கத்துரை"

"இவர்கள் புலிகள் என்று உனக்கு எப்படித் தெரியும்?"

"பேப்பரிலை பாத்தனான்"

"உனது ஊருக்குள் புலிகள் ஒருவரும் வருவதில்லையா?"

“எனக்குத் தெரியாது. நான் வீட்டிலை ஒரு பிள்ளை. வீட்டை விட்டு வெளிக்கிடுறேல்லை. வீடு, படிப்பு, கோயில் இவ்வளவுதான் எனக்குத் தெரிஞ்ச விசயம்.”

“இப்பொழுது எங்கே போய்க்கொண்டிருந்தாய்? உனது காற்சட்டைப் பைக்குள் இருந்த பெயர்ப்பட்டியல் . . . என்ன அது ?”

“எங்கன்ரை கோயிலுக்கு தேர் ஒண்டு செய்யிறம். அதுக்கு ஆக்களிட்டை காசு சேர்க்கிறம். காசு தாற ஆக்களின்ரை லிஸ்றதான் இது. இப்பவும் நாங்கள் காசு வாங்கத்தான் போனாங்கள்.”

“சரி, அவன் ஏன் எங்களைக் கண்டவுடன் ஓட வேண்டும்”

“ஆமியெண்டாலே எங்களுக்குப் பயம். அதுதான் அவன் ஓடினவன். நானும் ஓடியிருப்பன். கால் கெளிச்சுப் போனதாலை ஓட முடியேல்லை.”

தாடிக்காரன் சிரிக்கப் பார்த்துப் புன்னகையுடன் நிறுத்தினான்.

“எங்களைக் கண்டு இனி ஓடக்கூடாது. நாங்கள் புலி களைத்தான் பிடிப்போம். உங்களை ஒன்றும் செய்யமாட்டோம். விளங்குதா ?”

“ஓம்”

“அடையாள அட்டையை வைத்துவிட்டுப்போ. ஓடின வனைக் கூட்டிக்கொண்டு வா. விசாரிக்க வேண்டும். பிறகு அடையாள அட்டையை எடுத்துக்கொண்டு போ.”

உடுப்புகளை அணிந்தான். தண்ணீர்த் தொட்டியடிக்குக் கூட்டிச் செல்லப்பட்டான். முகத்தில் உறைந்து போயிருந்த இரத்தத்தை தேய்த்துக் கழுவினான். இனிமேல் இல்லை என்றளவு எரிந்தது நொந்தது. காதின் கணகணப்பு குறைய வில்லை. கண்ணின் மங்கலும் போகவில்லை.

இவன் அப்படியே போய்விட்டான். இவனின் முகத்துடன் இன்னொரு அடையாள அட்டை செய்வது அமைப்புக்கு கஷ்டமாக இருக்கவில்லை.

இப்போது யாவற்றையும் ஞாபகம் கொள்ள முடிகிறது. அவன் தான். இப்போது மீசை இல்லை கண்ணாடி போட் டிருக்கிறான்.

இளங்கோவைக் கூட்டிச் சென்றான். "நீ எனக்குப் பின்னாலை திரி. என்னைக் கவனி. சூழலைக் கவனி. மீசை இல்லை கண்ணாடி போட்டிருக்கிறான். கறுப்பு லோங்ஸ். சாம்பல் நிற சேர்ட்."

நகரம் முழுதும் உலைந்தாயிற்று. நியூமாக்கெற்றின் மேலேறி நகரத்தை நோட்டம் விட்டான். ஆஸ்பத்திரிப் பக்கம் சைக்கிள் நுழைந்தது. ஒரு சேர்ட்டும் சாம்பல் நிறத்தில் இல்லை.

ஜீப் அல்லது ட்ரக் ஏதாவது தென்படுகிறதா என்று மிகக் கவனமாகப் பார்த்தான். மினிபஸ்கள் நின்ற ஒழுங்கைக் குள் போனான். மந்தாரம் கட்டி நின்றது வானம். மழை பெய்கிறதாக இல்லை. என்னவோ ஒரு துயரைப் பரப்பிக் கொண்டு வந்தது மந்தாரம். இதே இடத்தில் நின்றுதான் நீட்டுப் பின்னலை முன்னே விட்ட வள்ளியின் புன்னகையைக் கண்டான்.

இரண்டு மணித்தியாலம் ஆகியிருக்குமா? வள்ளி ரீச்சர் வீட்டை போய் இருப்பாள். அங்கு எல்லோரும் காத்து நிற்பார்கள். வள்ளிக்கு இது முதல்நாள். எப்படிக் கதைப்பாள்? கழுத்தைச் சரித்து, கண்ணிலும் வாயிலும் என்றும் மாறாத புன்னகை சுழித்து வர கருத்தை அவள் திடமாகச் சொல்லி விடுவாள். 'என்ன நடந்தது அங்கை?'

இவனுக்கு இனி அவளிடமிருந்து எந்தத் தகவலும் வராது. அவள் வாயூறி ஊறி சொல்லும் தகவல்களைக் கேட்க அமைப்பு வேறு யாரையோ நியமித்துவிட்டது. வெறுமனே தகவல்களைச் சொல்வாளா? வாயூறிச் சொல்வாளா? சொக்கிப்போய் தான் கொள்ளும் நித்திரை பற்றியும் சொல்லிவிடுவாளா?

தகவல்களைச் சொல்வாள். குறைகளைச் சொல்வாள். தலையைச் சரித்து நீண்ட பின்னல் ஒரு பக்கம் சரிந்து விழ 'இனி என்ன செய்ய வேண்டும்?' என்று கேட்டு நிற்பாள். அவை செய்ய வேண்டியனதான்.

நேரம்: ஒன்று பத்து. இனி வங்கிக்குப் போய் அவரைச் சந்தித்து தகவல் எடுத்து அனுப்ப இயலாது.

எது முக்கியம் தகவல் அனுப்புவதா? கிளீன்சேவை கண்டு பிடித்து விசாரிப்பதா? விசாரிப்பது முக்கியம்!

நகரத்தை மீண்டும் ஒரு சுற்று வந்தான். கடல் பக்கம் போனான். வாடைக்காற்று குபுகுபுவெனப் பாய்ந்து நடுங்க

வைத்தது. அரைப்பனை உயரத்துக்கு அலை எழும்பி சதிராட்டம் போட்டது. இல்லை, இங்கால் பக்கமும் ஆள் இல்லை.

இளங்கோவையும் காணவில்லை. அவன் எங்கேயாவது நிற்பான். கிளீன்சேவ் எங்கே? இவன் நகரப் பக்கம் சைக்கிளைத் திருப்பினான். பெட்டிக்கடையடியில் இளங்கோ தேநீர் குடித்துக்கொண்டு நின்றான்.

அச்சக வேலையும் இன்றைக்குப் பாழ். யாரிடமும் சொல்லிவிடலாம். வேண்டாம். மற்றாக்களுக்கு அச்சகத்தை ஏன் காட்டுவான்? முருகன் அண்ணை பீடா தின்று இன்னும் சிறிது நேரம் நித்திரை தூங்குவார். தூங்கட்டும். நாளைக் காலையில் அச்சகத்திற்குப் போகலாம்.

இதைக் கொஞ்சம் கூட அவன் எதிர்பார்க்கவில்லை. வசந்தம் புத்தக நிலையத்தில் சஞ்சிகை ஒன்றை மேலோட்ட மாகத் தடவியபடி இவன் நின்றான். பக்கத்துச் சாப்பாட்டுக் கடையிலிருந்து கை துடைத்தபடி வெளியில் வந்தது கிளீன்சேவ். இவனைக் கண்டதும் திகைப்பு! வந்ததும் தெரியாத மாதிரிப் போனான். இவன் சடாரென அருகில் சென்றான். கிளீன்சேவ் மெதுவாகப் பின்னடைந்தான்.

“கலோ” என்று கிளீன்சேவின் கையைப் பிடித்தான் இவன். “வாரும் ரீ குடிப்பம்” கிளீன்சேவ் முரண்டு பண்ணி னான். வேட்டி கட்டிய ஒருவர் “என்ன இது சிக்கல்” என்று திரும்பிப் பார்த்துப் பார்த்துப் போனார். ‘இளங்கோ எங்கே?’ என்று கண்களால் தேடினான். வசந்தம் புத்தகநிலையத்தில் இவன் பார்த்த சஞ்சிகையை இளங்கோ புரட்டிக்கொண்டு நின்றான். கடைக்கண் கவனிப்பு இளங்கோவிடமிருந்தது. “வாரும் ஐசே” என்று இவன் இழுத்தான். கிளீன்சேவ் கையை உதறினான். கிளீன்சேவின் கையைப் பதனமாக இழுத்து மடியைத் தொட்டுக் காட்டினான். கனத்துக் கிடந்த அது கையில் பட்டவுடன் கிளீன்சேவின் கண் முழுசியது. முகம் கறுத்துப் போயிற்று. “வாரும்” வந்தான். “உம்மோடை கொஞ்சம் கதைக்கவேணும்.”

மந்தாரமாகவே கிடந்தது வானம். ஒரு துளி மழை இறங்குவதாக இல்லை. கிளீன்சேவின் மடியை எட்டிப் பிடித்தான் இவன். அந்த மடியிலும் ஒன்று கனத்துக் கிடந்தது. கிளீன்சேவின் கையை முறுக்கி மடியிலிருந்து அதைப் பிடுங் கினான். இராணுவமுகாமில் தாடிக்காரனின் முன்னால்

மேசையில் கிடந்த பிஸ்ரலைப் போன்றது அது. வீதியில் ஏதும் கரும்பச்சை வாகனத்தைக் கண்டால் கிளீன்சேவ் கத்தலாம். அது ஆபத்து. சட்டெனவே சைக்கிளை ஒழுங்கை யால் திருப்பினான். விரைந்த சைக்கிள் ஓட்டத்தின் பின்னால் இளங்கோ.

"மடத்தடிக்குக்கொண்டு வா. நான் வாகனம் வைச்சுக் கொண்டு நிக்கிறன்." இளங்கோ அருகில் வந்து முணுமுணுப் பாகச் சொல்லிவிட்டு விசுக்கெனப் பறந்தான்.

இளங்கோ என்ன மாயம் செய்தானோ? மடத்தடிக்குப் போக இளங்கோ மோட்டார் சைக்கிளுடன் நிற்பது தெரிந்தது. அதற்கிடையில் எங்கு எடுத்தான்? கிளீன்சேவை நடுவில் இருத்தி ஹொண்டா 200 பறந்தது.

பற்றைகள் அரண் செய்த பனங்கூடல். ஒருவரும் ஒன்றுக்கு இருக்கவும் வரமுடியாத இடம். "ஆர் நீ? சொல்லு. ஆர் உன்னை அனுப்பினது? சொல்லு. ஆர் நீ? ஏன் இந்த வேலை செய்யிறாய்? சொல்லு. ஏன்? நீ தமிழன் தானே? இந்தப் போராட்டம் ஏன் வெடிச்சது எண்டு தெரியுமா உனக்கு? இந்த வேலை செய்யிறத்துக்கு உனக்கு ஒரு கோடி ரூபா சம்பளம் தருவினமா? இல்லை அல்லவா? ஒரு இலட்சம் ரூபா? இல்லை என்ன? பத்தாயிரம் ரூபா? அதுவும் ஐமிச்சம். பேந்தேன் இந்த வேலை செய்யிறாய்? எலும்புத் துண்டுக்காக ஒரு இனத்தையே காட்டிக்குடுக்கிறாயே! சொல்லு ஆர் நீ?"

விறுமதடியனாக வாயைப் பொத்தி நின்றான். நேரம் வேகமாக நகர்கிறது முஷ்டி மடக்கி முகத்தில் ஓங்கி ஒரு குத்து விட்டான். கண்ணாடி நொறுங்கி, 'ஆ'வென்று கத்து வதற்கு அப்போது வாயைத் திறந்தான் மூக்கிலிருந்து கசிந்த இரத்தத்தை துடைத்துப் பார்த்தான். பிறகும் விறுமதடியனாக நின்றான்.

'ஆழமாக' அவனை விசாரிக்க வேண்டி வந்தது. இளங்கோ வுக்கு அந்த நுட்பங்கள் தெரிந்திருந்தன. கிளீன்சேவ் சொல்லத் தொடங்கினான்:

'இவனை இராணுவம் பிடித்து எல்லாம் தெரிந்திருந்தும் இவனைப் பிறகு வெளியே விட்டது, இவனைக் கூட்டத்துடன் அப்புவதற்கு. இன்னும் நால்வர் இதற்காக வெளியே உலாவு கிறார்கள். இடையில் ஒரு வருசம் இவனைக் காணமுடிய வில்லை. இராணுவப் பயிற்சிக்காக இந்தியா போயிருந்தான்

என்பது தெரியும். இரண்டு நாள், இரண்டே இரண்டு நாள். யாவும் நிறைவு பெற்று விட்டிருந்திருக்கும்'

நிறைவு பெற்றிருக்கும்! அதற்காகத்தானா கண்ணீர் விட்டு வளர்த்தோம் இந்தப் பயிரை. அம்மா கையால் சோறுண்ண முடியாமல் அலைந்தோம் இவ்வளவு காலமும். இழக்க இனி ஒன்றுமில்லை என்னுமளவிற்கு இழந்தோமே! இதற்காகவா?

"அப்பா நான் போகவேணும். மற்றாக்கள் மாதிரி துண்டு எழுதி வைச்சிட்டு ஓடிப்போக நான் விரும்பேல்லை. உங்களுக்கு சொல்லிப் போட்டுத்தான் போறன். நாளைக்கு 'வண்டி' ஏறுறன்"

"ராசா எங்களுக்கு நீ ஒரு பிள்ளை. நீயும் போனால்? எங்களை ஆர் பாக்கிறது எண்டு நான் கேக்கேல்லை. உன்னை இழந்து போட்டு எங்களாலை இருக்கேலாது ராசா."

"இல்லை அப்பா. உங்களோடை நான் இருந்தால் என்னை நீங்கள் வீணா இழப்பியள். அண்டைக்கும் பாத்தனீங்கள் தானே? சாமம் போலை பத்தை வழிய ஓடவேண்டிக் கிடக்கு. அப்பா என்னைத் தடுக்காதையுங்கோ. சந்தோசமா வழி அனுப்புங்கோ. இந்த உயிர் போனாலும் பெறுமதியாப் போகும். இருந்தாலும் பெறுமதியா இருக்கும்."

"ஓம் விளங்குது அப்பன். தாங்கேலாமல் கிடக்கே ராசா"

"அப்பா நீங்கள் அழாதையுங்கோ. நான் போயிட்டு வந்து உங்களிட்டை அடிக்கடி வருவன். நீங்கள் அதுக்கு யோசிக்காதையுங்கோ. நான் வருவன். உங்களையும் அம்மாவை யும் நான் பிரிஞ்சிருக்க மாட்டன். ஒவ்வொரு கிழமையும் எப்பிடியோ உங்களைச் சந்திப்பன். நீங்கள் யோசிக்காதை யுங்கோ. நீங்கள்தான் அம்மாவையும் ஆறதல்படுத்த வேணும்."

அப்பா அழுகிறார் ஆனால் சொல்கிறார்: "சரி ராசா, சந்தோசமாப் போட்டு வா. கவனமா இரு. எல்லாத்திலையும் அவதானமா நடந்துகொள். அம்மாக்குச் சொல்லிப் போடாதை. அம்மாவாலை தாங்கேலாது. படிச்சு எங்கையோ வரவேண்டிய நீ... போருக்குப் போகவேண்டி இருக்கு... ம்..."

அப்பா வீட்டுக்குள் போனார். ஐநூறு ரூபாத்தாள் காசைக் கொண்டு வந்து பொக்கற்றுக்குள் சொருகினார். "கைகாவலுக்கு உதவும். வைச்சிரு".

அம்மாள் கோயிலிலை இருந்து அம்மா வந்தா. கொண்டை யில் ஒரு பூவும் நெற்றியில் விபூதி சந்தனம் குங்குமமும்

இருந்தன. இவன் நெற்றியிலை விபூதியைப் பூசினா. 'அம்மாளே' என்றா. "அம்மாள் உன்னைக் காப்பாற்றுவாள்" என்றா. அம்மா சோறு அள்ளி அள்ளிப் போட்டா. "காணும் அம்மா".

"சாப்பிடு ராசா. நீ சாப்பிடச் சாப்பிட என்ரை வயிறு குளிருது"

"வயித்திலை இடமில்லை. காணும் அம்மா."

பல்கலைக்கழகத்துக்குப் படிக்கப் போகிற மைந்தன் இனி வாறகிழமை வந்துதான் இப்பிடி ஒரு நல்ல சாப்பாடு சாப்பிடுவான். சுகமாகப் போய் வரட்டும். அம்மா பாக்கு வெட்டி வெத்திலையில் சுண்ணாம்பு பூசித் தந்தா.

"போட்டு வாறன் அம்மா. போட்டு வாறன் அப்பா."

அம்மாள் கோயில் முடக்கு திரும்பும் வரைக்கும் அப்பா வீதியில் நின்று இவனைப் பார்த்தார். புழுதி படர்ந்த பின்னேரத்துக்கு அப்பாவால் பிறகு மகனைப் பார்க்க முடியவில்லை.

பறுவம் வந்த பிறகு நிலா தெறிச்ச நாள். நெடுந்தீவின் தென்னந்தோப்புக்கிடையே பதினைந்து பேருடன் வண்டி ஏறினான். அது முடிய ஆறு மாதமாயிற்று.

'வண்டியால்' இறங்கையிலேயே சீறி அடித்தது மழை. ஒருநாள் தளத்தில் நின்றுவிட்டு மழை சிணுங்கிய அடுத்தநாள் காலை வீட்டுக்கு ஓடினான். விட்டுப் போனபோது வளவு மண் சுட்டது. இப்போதென்றால் மண் ஈரலித்து காலில் குளிர் ஏறிற்று.

ஒரு குதூகலம் வீட்டில் காத்திருக்கிறது. அம்மாவின் முகம் மலர்ந்து விரியும். "என்ரை ராசா வந்திட்டியே அப்பன். நான் இஞ்சை ஏங்கிப் போய்க் கிடந்தன்." மகன் சுகமாக வருவான் என்று அப்பாவுக்குத் தெரியும். கொடுப்புக்குள் சிரிப்பை ஒளித்து வைத்திருப்பார். எவ்வளவு காலத்திற்குப் பிறகு அம்மாவின் கையால் ஆசையாக ஒரு தீன்!

மழை சிணுங்குகிறது. முற்றம் கூட்டி நிற்க மாட்டா அம்மா. பீலியால் ஒழுகும் தண்ணீரை சேமிக்க அம்மா வாளி வைத்திருப்பா. வாளியைக் காணவில்லை. பீலியால் ஒழுகிய தண்ணீர் ஓட்டை போட்டிருந்தது நிலத்தில். குசினியின் புகட்டிலிருந்து புகை வரக்காணவில்லை.

இவன் சைக்கிளைக் கண்டு ரொமி வாலை வலுவேகமாக ஆட்டியது. ம்ம் . . . என்று சத்தம் தந்தது. ரொமியின் உடலில் மெலிவு. மழைத் தூறலுக்குச் சாக்கை விட்டு வெளிவர ரொமி விரும்பவில்லை. இவன் சைக்கிளை விட்டு இறங்கி ரொமிக்குக் கிட்டப் போனான். ரொமி தன் சேற்றுக்காலை இவனின் வயிற்றில் வைத்து தன் முகத்தை இவனின் முகத் துக்குக் கிட்டே கொண்டு வந்தது. “என்னடா?” என்றான். ரொமி நாக்கை நீட்டி இவன் முகத்தைத் தொட்டது. அது மெல்லமா முனகி தாங்கேலாத துயரைச் சொல்ல வந்தது.

அப்பா கதவைத் திறந்தார். முகம் ஒடுங்கி, கன்னம் ஒட்டி, வெள்ளைமயிர் முளைத்திருந்த நாடியில் மகனைக் கண்ட சந்தோசம் இல்லை. “வா ராசா” என்றார்.

வீட்டின் உள்ளே அம்மாவின் படத்தில் குங்குமப்பொட் டிருந்தது. எரிந்து கொண்டிருந்தது சின்னக் குத்துவிளக்கு. அம்மா படத்திலும் புன்னகைக்கவில்லை.

“என்னப்பா, என்ன நடந்தது?”

“நீ காணாமல் போனது தெரிஞ்சு ஒரு கிழமையிலை அப்பிடியே படுக்கையாப் போனா. ஒரு மாசம் மூச்சுப் பறிஞ்சுது. ராசா ராசா எண்டு முணுமுணுப்புத்தான். பிறகு . . .”

அப்பாவால் சொல்ல முடியவில்லை. சொல்லத் தேவையு மில்லை. “அம்மா” என்று இவன் விம்மினான். “என்னாலை தானேயம்மா” என்று குலுங்கத் தொடங்கினான். அம்மாவின் படத்துக்கு முன்னால் சுவரில் தலைவைத்துக் குமுறினான். . .

ஒன்றும் செய்ய இயலாது. அதைச் செய்யத்தான் வேண்டும். அந்தச் சத்தம் கேளாமல், அந்தத் துடிப்பைக் காணாமல் செய்ய முடியாதா? முடியாது.

கிளீன்சேவின் மடியில் இருந்து பிடுங்கி எடுத்த அதனால் கிளீன்சேவின் நெற்றியில் ஒரு பொட்டு!

“டப்”!

ஐந்து மணியளவில் சைக்கிள் உழக்கத் தொடங்கினால் ஆறு மணிக்கு காங்கேசன்துறைக்குப் போய் வகுப்பு நடத்தலாம். வேலன் காத்து நிற்பான்.

(2005)

(வெளிச்சம், 100 – 2006)

கானல் வரி

1

இது என்ன கனவு? இருபத்திரண்டு வருடங்களுக்குப் பிறகு? வெய்யில் சுடாத, சோளகம் குளிராத வேர்வை கசகசவென்று சேர்ட்டுக்குள்ளால் கசியாத கனவு!

"நான் பிழை விட்டிட்டன். இனி அப்பிடிச் செய்ய மாட்டன் ... கோவிக்காதையுங்கோ ... இஞ்சை திரும்பிப் பாருங்கோ ... முகத்தைப் பாருங்கோ. பாக்க மாட்டீங்களா? உங்கன்ரை மாம்பழம் அல்லா? ஒருக்கா திரும்பிப் பாருங்கோ ..." பசுந்தான கைகள் முகத்தைத் திருப்பிற்று. சொண்டால் கன்னத்தை ஓத்தி எடுத்தாள். ஒரு சொட்டு எச்சில் ஈரம் விஜயனின் கன்னத்தில் படிந்தது. அது குளிர்ந்ததாக இல்லை.

அந்த நிலாமுகம் அப்படியே இருந்தது. ஐரெக்ஸ் படர்ந்த கண்களின் கூர்மை மழுங்கவில்லை. ஆனால் கெஞ்சுகிற கண்கள். காதுகளில் சிமிக்கி. சின்னக்கல் மூக்குத்தி. கறுப்பு மணி கோர்த்த சங்கிலி, ஒரு சோடி நெளியல் காப்பு. வெள்ளி நூலாக காற்சங்கிலி. அவளுக்கு அழகூட்ட வேறெதற்கும் தேவையிருக்கவில்லை. ஒற்றை பின்னல் முதுகில் புரண்ட ஒன்றையே மேலும் சொல்லலாம்.

கரும்பச்சைச் சட்டையும் கறுப்புப் பாவாடையும் போட்டிருந்தாளோ? ஒரு கரிய மைம்மல் பொழுதில் அது தெரியவில்லை. கெஞ்சிக் கொண்டிருந்தாள் தலையைத் தடவிக் கொண்டிருந்தாள். அது தெரிகிறது.

இது என்ன கனவு? இப்ப ஏன் இரதி வாறாள் அவளைக்கண்டு இருபது வருடம் ஆயிற்றா? அவள்

கனடாவில் சுகமாக இல்லையா? கணவனால் ஆய்க்கினைப் படுகிறாளா? பிள்ளைகளால் தொல்லையா? மூத்த பிள்ளைக்கு இருபது வயது ஆகியிருக்காதா? அது ஆணா, பெண்ணா? பிறகு எத்தினை பிள்ளைகள்? ஒன்றிரண்டு எனக்குப் போதாது என்றாளே! ஐந்தாறு தானா?

மூக்குத்தி இன்னமும் அவள் முகத்தில் மின்னுமா? அந்த நாளில் அவள் வயதில் யாரும் மூக்குத்தி போட்டிருக்க வில்லை. நாக்கால் மூக்குத்தியைத் தடவி மூக்கைத் தடவி மூக்கைக் கவ்வினான். ஐரெக்ஸ் பூசிய இமை மூடிய கண்ணை உறிஞ்சினான். "அய்யோ கூசுது கூசுது" மூக்கில் நெளிந்த முறுவல் காட்டி கன்னத்தின் கொழிப்பில் குளிர்ந்து சிவந்தாள்.

கனவு கனவாய்க் காலம் கரைந்தது. நெஞ்சை விறாண்டி குமைந்து போட்ட கனவு. சாமக் கனவு. விடியற்புறத்துக் கனவு. எந்தக் கனவும் வெறுமை கக்கி பகற் பொழுதைத் தின்றது.

ஒன்றாய்த் தனித்த தண்டவாளம் ஓரிடமும் இல்லை. என்ஜின் இல்லாமல், புகை இல்லாமல், ஸ்ரேசனில் வளையம் வாங்காமல், வளையம் கொடுக்காமல், ஆனால் முன்பெட்டிக் குள் றைவர் தனித்திருந்து, இது என்ன ரயில்? அடுக்கிஅடுக்கி வைத்த தண்டவாளங்கள். அத்தனையிலும் பெட்டிகளையே முகப்பாக வைத்திருந்த எத்தனை ரயில்கள் விசுக்கென பறக்கின்றன.

இலண்டனில் விஜயனின் நாட்கள் ஆச்சரியங்களிலும் கனவுகளிலுமாகக் கழிந்தன.

"ஏறு ஏறு புட்போர்டிலை ஒருத்தரும் நிக்க வேண்டாம்" என்று கத்துகிற கொண்டக்டர் இல்லை. கார்பன்பேப்பர் வைத்த ரிக்கெற் புத்தகம் இல்லை. கார்பன்பென்சில் இல்லை. நெரிசல் இல்லை. புழுக்கம் இல்லை. றைவர் தான் கொண்டக்டர். காசு கொடுக்க றைவர் மிசினின் மூன்று இடங்களில் அழுத்துகிறார். ரிக்கெற் சுருண்டு வருகிறது. பஸ் நிறுத்தத்தில் பஸ் சாடையாகக் கீழிறங்கி ஆக்களை ஏற்றுகிறது. வயது போனவர்கள் வலு குசாலாக ஏறுகிறார்கள். குளிருக்குச் சூடேற்ற சாடையான வெக்கை பரவிக்கிடக்கிறது பஸ்ஸிற்குள்.

விமானம் இத்தனை பிரமாண்டம் என்று அவன் கண்ட தில்லை. விமானத்தின் அருகே சென்று படிகளில் ஏறி விமானத்தின் உள்ளே கால்வைத்தான்.

பெரும் திகைப்பு அவனைச் சூழ்ந்தது.

அது விமானத்தைக் கண்டதனால் மாத்திரம் அல்ல.

இலண்டனுக்கு ஒப்பின் விசா என்ற செய்தி வந்தது. ஒப்பின் விசாவோ இல்லையோ இலண்டனுக்கு எப்படியும் போவது. அது இல்லையோ ஜேர்மனி அல்லது பிரான்ஸ். கனடாவுக்கு போவதில்லை. கடைசி வந்தாலும் இல்லை. இரதி கனடாவுக்கு போய்விட்டாள். கலியாணம் முடித்து அல்லது முடிக்க! யார் மாப்பிள்ளை? எதுவும் தெரியாது.

எல்லாம் தெரிந்ததிலிருந்து எதுவுமே தெரியாததிற்கு காலம் பெயர்ந்துவிட்டது.

கட்டுநாயக்கா விமான நிலையம் வெளிச்சத்தில் தோய்ந் திருக்க வெளியழாவி கும்மென்ற இருட்டு. விமானத்தில் தன் ஆசனம் தேடிப்பார்த்து இருந்தான். விமானம் உருண்டு ஓடத்தொடங்கியது. யன்னலுக்கு வெளியே இருள்தான். என்றா லும் இரதி மீதான காதலின் இறுதித் துளியை யன்னல் பார்த்து சுண்டி எறிந்தான். விசுக்கென்று விமானம் வான் வெளியில் ஏறியது. ஒன்றும் நடவாத மாதிரி வான் பரப்பில் விமானம் நீந்தத் தொடங்கியது.

ஹீத்ரூ விமான நிலையத்தின் பிரமாண்டம். இதுவென்ன? இப்படியுமா? விமானங்கள் இறங்குவதற்கு வான்வெளியில் பறந்தபடி கியூவில் நின்றன. கூறு போட்டு வாளை மீன்களை அடுக்கி வைத்த மாதிரி விமானங்கள் தரையில் நீட்டிப் படுத்துக்கிடந்தன.

வெளியில் ஸ்ரேடியம் கணக்காக உயரமான பெரிய கட்டிடம். ஆயிரக்கணக்கில் கறுப்பு வெள்ளைத் தோல்கள் உலாவின. வெள்ளை நிறத்தில் நீளமான பெரிய பஸ், விமானம் போல இருந்தது.

எங்கும் புல்லின் பச்சைப் பரப்பு. நேராக உச்சி பிரித்த மாதிரி தார் வீதி. குழியில்லாத அந்த வீதியில் அம்பாரம் கார்கள் பறந்தன. ஒன்றும் ஒன்றுக்கும் ஹோர்ன் அடிக்கவில்லை. எங்கு நின்றும் வானத்தை நிமிர்ந்து பார்த்தால் நான்கு விமானமாவது பறந்து போவது தெரிகிறது. மொழியன்பேன் ஊர்கிற மாதிரி.

துக்கத்தின் இறுதித் துளியை விமானத்தின் யன்னலுக்கு வெளியே சுண்டியாயிற்றுத்தான். கால்விரல் நகங்களுக்கிடையே இருந்த செம்பாட்டு நிறம் இன்னும் அழியல்லை. அது எப்படிப் போய்விட முடியும்? இன்னும் காலிலிருந்து எடுபடாத முள்ளூ நெஞ்சிலிருந்து இடையிடை குத்துகிறது. இல்லை, இனி இல்லை.

அந்த நேசமுகம் பாழ் வெளியில் கரைந்து வடிந்து வற்றிப் போகட்டும்.

கட்டில் மெத்தை விரிப்புத் துணியில் முதுகு சுமந்த பக்கம் ஊத்தை பத்திக்கிடக்கிறது. தலைகணி உறையின் ஊத்தையைச் சொல்லி மாளாது. உடுப்புகள் ஒன்றும் தோய்க்கிற பாடாக இல்லை. அறைக்குள் விஜயன் குப்பையில் உழன்று கொண்டிருந்தான்.

விடிய விடிய வேலை நாள். 'ரில்'லிலை சந்திரன். 'போக்கோட்' கூட்ட வேண்டும். பன்னிரண்டு 'பம்'மையும் கழுவ வேண்டும். பூக்கன்றுகளுக்கிடையில் கஞ்சல்களைப் பொறுக்க வேண்டும். புல் பூண்டுகளைப் பிடுங்க வேண்டும். எட்டுக் குப்பைத் தொட்டிகளையும் சுத்தப்படுத்த வேண்டும். பின்னால் இருக்கிற பெரிய குப்பைத்தொட்டியிலை ஏறிஏறி எல்லாக் குப்பைகளையும் கொட்ட வேண்டும். முன் பக்கத்தைக் கழுவ வேண்டும். செய்திப் பத்திரிகைகளை அடுக்கி வைக்கிற தட்டுகளைத் துடைக்க வேண்டும். ரொய்லற்றை, கொமெற்றைக் கழுவ வேண்டும். உள்ளுக்குள் 'மொப்' பண்ண வேண்டும். விடிய நான்கு மணிக்கு வருகிற கட்டுகட்டுச் செய்திப் பத்திரிகைகளை பிரித்து எண்ணி தட்டில் அடுக்க வேண்டும். இருபது பக்கங்களில் வருகிற பத்திரிகை அல்ல. அறுபது எழுபது பக்கங்களில் வருவது. பத்திரிகைக்குள்ளும் புத்தகங்கள், விளம்பரத்துண்டுகள். ஒன்றும் விழாமல் அடுக்க வேண்டும். ஞாயிற்றுக் கிழமைப் பத்திரிகை ஒன்று, இரண்டு கிலோ தேறும்.

விஜயனுக்குக் குளிரில் கை விறைத்த போதும், நெற்றியில் வியர்வை கசிகிறது. சந்திரன் 'ரில்' லில் நித்திரை தூங்காமல் பார்க்கிறான். பத்து நிமிசத்துக்கு ஒருக்கால் ஒரு கார் அல்லது வான் வருகிறது. சந்திரன் 'ரில்' மிசினை டொக் டொக் என்று தட்டி காசை வாங்குகிறான் அல்லது 'கிரெடிற்கார்ட்டை' வாங்கி மிசினில் இழுக்கிறான்.

"ஒரு கோப்பியை குடிச்சிட்டு வேலையைச் செய்யன்" மிசினிலிருந்து சர்ரெண்டு நுரை ததும்ப கோப்பியை அடித்துத் தந்தான். களைத்ததும் வேர்த்ததும், விறைத்ததும், பசித்ததும் அதிகமென்றால் "ஒரு கப்புச்சினோ தா."

கையுறையைக் கழட்டி விறைத்த கையால் வாங்கினான். நெற்றிமேடு வேர்த்துப் பூத்துக் கிடக்க 'கொட்றொயில்ஜீன்சை' அணிந்திருந்த விஜயன் கப்புச்சினோவை உறிஞ்சினான்.

'டெனிம்ஜீன்ஸ்' அணிந்த விஜயன் 'ரில்'லில் நின்றான். தட்டுகளில் இல்லாத சாமான்களை அடுக்கி நிரப்பிக்கொண்டு நின்றான் ஆதவன். அவன் போட்டிருந்த கண்ணாடிக்குள்ளால் முழி பிதுங்கி வெளிவரப் பார்த்தது. ஆதவன் அதன் காரணமும் சொன்னான்.

நீலக்காரிலிருந்து வெள்ளைத்தோல் இறங்கியது. பெற்றோல் பைப்பை எடுத்து காரின் இடுப்புப் பக்கத்தில் சொருகியது. வெள்ளைத்தோல் வந்து காசைக் கட்டும் என்று ஆதவன் 'ரில்'மிசினைப் பார்த்தான். ஐம்பத்திரண்டு பவுண்ட் பெற்றோலை அந்த பென்ஸ் குடித்திருந்தது. காசைத் தந்தவுடன் டக்கென்று மிசினைத் தட்டி மிச்சக் காசைக் கொடுக் வேண்டியதுதான். இவ்வளவு காசென்ற படியால் 'கிரெடிற்கார்ட்' தான். ஆனால் இவையொன்றுமில்லை. கார் விசுக்கென்று திரும்பி வளைந்து பறந்தது.

ஆதவன் வாயில் வைத்த கையை எடுக்க நிமிசங்கள் பிடித்தன. ஐம்பத்திரண்டு பவுண்ட் எண்பத்தொரு பென்ஸ். காலையில் மனேஜர் வரும்வரை பார்த்து விசயம் சொன்னான்.

"கார் நம்பரைக் குறிக்கேல்லையோ?"

"ம் கூம்"

"உன்ரை சம்பளத்திலை இருந்துதான் கழிப்பாங்கள்."

ஐம்பத்திரண்டு பவுண்ட்! இருபது மணித்தியால இரவு உழைப்புக்குக் கிடைக்கிற ஊதியம்.

இப்போது ஆதவன் 'ரில்'லில் நிற்கிற நேரங்களில் பெற்றோல் நிரப்ப வருகிற கார் எல்லாவற்றின் இலக்கங்களையும் உற்றுப் பார்த்தான். பெற்றோல் நிரப்புகிறவனின் முகத்தை உன்னிப் பாகக் கவனித்தான். எறும்பளவு சிறு சந்தேகம் எழுந்தாலும் காரின் இலக்கத்தை பேப்பரில் குறித்துக் கொண்டான். எட்டுப் 'பம்'களில் கார் நின்றால் சரிதான். அவ்வளவு தான். இமை விரித்து முழி பிதுங்கினான். முழிகள் வெளியே வந்து விழுந்து விடும். அவற்றை எடுத்து உள்ளே சொருகிவிட்டு, நம்பர்களைக் குறித்தான். 'ரில்' மிசினைத் தட்டினான்.

மேலும் தட்டுகளில் இல்லாத சாமான்களை நிரப்புகிற வேலையை, தான் செய்கிறேன் என்றும் சொல்லிவிட்டான்.

விஜயன் ரில்லில் நிற்கிற நாட்களில் வேலை இரவு பதினொரு மணிக்கு முடிகிறது. பதினொன்றேகாலுக்கு ஸ்றெதம்ஹில்லுக்கு, ரயில் வருகிறது. கிளப்பாம்ஜங்சனில் பதினொன்று இருபத்தைந்துக்கு இறங்குகிறான். பதினொன்று

முப்பத்தியிரண்டுக்கு வருகிற ரயில் இவனைச் சுமந்து கொண்டு போய் விம்பிள்டனில் இறக்கிவிடுகிறது. பிறகு ஒரு பஸ். அதற்குக் காத்திருந்து கன நேரம் ஆகிவிடுமென்றால் நடை.

'ஓவ்லைசென்சு'கள் பதினொரு மணிக்கு பூட்டப்பட்டு விடுகின்றன. நாயகனண்ணையின் 'ஓவ்லைசென்ஸ்' அந்த நேரத்திற்கு பூட்டப்பட்டது போல் நடிக்கிறது. ஊரில் கொட்டில் கடைகளில் லாம்பு எரிகிற மாதிரி அந்த நேரத்திற்கு ஒரு பல்ப் தெரியும். சரிதான். நாயகனண்ணை உள்ளே இருக்கிறார். காசெண்ணுகிற மாதிரி நடிக்கிறார்.

விஜயன் தன் நடுங்கும் விரலின் மொழியினால் 'டொக் டொக்'. நாயகனண்ணை பத்துவீதம் அற்ககொல் செறிந்த 'கார்ல்ஸ்பேக் ஸ்பெசல் புறு'பியர் கான் இரண்டை 'ரிசு' பையில் போட்டு வெளியில் கொண்டு வந்து அக்கம் பக்கம் பார்த்து விட்டு வைப்பார். அதற்குள் உப்புப் பிரட்டின கச்சான் சரை.

தலையிடியோ காய்ச்சல் கண்டோ அந்த ரயில் ஸ்ரேச னுக்கு வராமல் விட்ட நாள் அன்று நாயகனண்ணையின் பியர் குடிக்க முடியாமல் போய்விட்டது.

'விசர்பத்திய' அந்த இரவுக்குப் பிறகு விஜயன் கவனமாக இருந்தான். குப்பைவாளி வைத்த மூலையில் சட்டென ஒருவருக் கும் தெரியாதவாறு விஸ்கிப் போத்தலை மறைத்து வைத்தான்.

ஆனால் சாமம்போல சடாரென முகத்தில் விழுகிற குத்துக்களை எப்படித் தவிர்ப்பது என்பது விஜயனுக்குத் தெரிந்திருக்கவில்லை. பியர் குடிக்க முடியாமல் போனதுடன், மூக்குச் சிதறி இரத்தம் வரத்தக்க குத்துக்களையும் வாங்கி யிருந்தான்.

சாமத்தை நெருங்கிய அந்த வேளையில் யார்தான் ஸ்ரேசனில் நின்றார்கள்? சொன்ன நேரத்திற்கு ரயில் வர வில்லை. அடுத்த ரயில் வர அரை மணித்தியாலக் குளிரில் வெளியே உலாவ முடியாது. ஸ்ரேசனுக்குள்ளேயே விஜயன் நின்றான்.

ரயில் வராத அந்த இருளில் இருவர் ஸ்ரேசனுக்குள்ளே நுழைந்தனர். காதிற்குள்ளாலும் குளிர் புகமுடியாது தொப்பி வைத்த, கறுப்புஜக்கெற் அணிந்திருந்தனர். வந்தவர்களில் ஒருவன் விஜயனின் இடப்பக்கத் தொங்கலுக்குப் போனான். மற்றவன் இறங்குகிற படிகளில் நின்றான். இடப்பக்கத் தொங்கலுக்குப் போனவன் விஜயனிடம் வந்தான். ஓங்கி விஜயனின் முகத்தில் குத்தினான். விஜயன் படிப்பக்கம்

நடந்தான். படியில் நின்றவன் விஜயனின் நெஞ்சில் குத்தித் தள்ளினான். பொக்கற்றுக்குள்ளிருந்து பேர்ஸைப் பறித்தான். வாரப்பயணச்சீட்டை விஜயனின் பொக்கற்றுக்குள் வைத்து விட்டு படியேறிப் போனார்கள்.

தொண்டைக்குள்ளால் வழுக்கி வந்த சளியை தண்டவாளத்தில் துப்பவில்லை. பிளாட்போமிலேயே துப்பினான் விஜயன். இனி பயம் என்று ஏதுமில்லை. மூக்கில் ஒழுகிய இரத்தத்தை 'ரிசு' வால் துடைத்தபோது, ஒன்றும் நடவாத மாதிரி ரயில் வந்தது.

இப்போதெல்லாம் பத்துவீத அற்ககோல் பியர்கான் இரண்டு போதாமல் மேலும் அரைக்கிளாஸ் விஸ்கி விஜயனை படுக்கையில் புரட்டித் தள்ளிவிடுகிறது. சாப்பிட ஏதுமில்லை. பியருக்குக் கொறித்த உப்புக் கச்சான்தான் இராச்சாப்பாடு.

மேசையைத் துடைக்க வேண்டும். அறையைக் கூட்ட வேண்டும். குப்பை வாளி பியர் கானால் நிரம்பிக்கிடக்கிறது. கறுத்தப் பையில் முடிச்சுப்போட்டு அதை முற்றத்தில் வைக்க வேண்டும். மானம் கெடும்.

கறுத்தப்பைதான். ஆனால் அதற்குள்ளால் பியர்கான் வெளியில் தெரிகிறது. "நான் தான் பியரை மண்டிறன் எண்டு சனம் நைக்கப் போகுது" என்று ஈசனண்ணை சிரித்தும் நக்கலாகவும் சொன்னார். சொன்ன அன்று சாமம், குடித்து முடித்துவிட்ட இரண்டு கானையும் சேர்த்து அந்தக் கறுத்தச் சாக்கை அடுத்த ஒழுங்கையில் ஒரு நூறு மீற்றர் நடந்து இன்னொரு வீட்டின் முன் வைத்துவிட்டு வந்தான். வெள்ளையும் கறுப்பும் கலந்த பூனை ஒன்று தன் முழுசல் கண்ணால் அதைப் பார்த்து நின்றது.

இது வெள்ளையாக வெளிச்சம் தராத பகல். மழை சிணுங்கவில்லை. ஆனால் ஊர் புகார் பத்திக் கிடக்கிறது. இரவைக்கு, இரண்டு கானையும் முடித்துவிட்டு சாமத்துக்கு, மறு பக்கத்தில் இன்னொரு நூறு மீற்றருக்கு நடந்து கறுத்தப் பையை வைக்கலாம்.

இந்தப் பகலுக்கு 'வோசிங்மிசினிற்குப்' போய் உடுப்புத் தோய்க்கப் போட வேண்டும். அதற்கு கால்மைல் தூரம் நடந்தால்தான் ஆகும். மூட்டை ஆக்கி, முடிச்சுப் போட்டு, முதுகில் சுமந்து அவ்வளவு தூரம் நடக்கத்தான் உடுப்பு வெள்ளை ஆகிறது. அந்தக் கஸ்டத்தைக் காணத்தான் வேண்டுமா?

2

விஜயனின் நாட்கள் குளிர்மையானவையாக, இளமை யானவையாக, அழகானவையாக, இனிமையானவையாக இருந்த காலம் ஒன்றுண்டு. தென்னை மரத்திலிருந்து முற்றிக் கருகின பாளைகள் அவன் வாழ்வில் விழவில்லை. இரதியின் முத்துப்பல் விரிப்பில் கொட்டுண்ட இளம்பாலைக் குருத்துகளே அவன் நெஞ்சு மயிர்க்கற்றைகளில் ஒட்டுண்டு கிடந்தன. சப்பியபோது மென்மையையும் இனிமையையும் அவை தந்தன.

நண்பிகள் புடைசூழ இருந்த வேளைகளில் கலகலவென் றிருந்தாள் இரதி. விஜயனுக்காகவென்றே இரதி ஆகியபோது கலகலவெனக் கொட்டுண்ட சிரிப்பு இல்லாமற் போனது அவளிடம். கன்னம் சிரித்தது கன்னமேட்டில் இரண்டு குமிழ் இருக்க அவளிடம் செந்தளித்த முகம் இருந்தது. விஜயனுக் கென்று வெட்கம் பூசின புன்னகை. மேலும் விஜயனுக்கு மாத்திரம் சொல்வதற்கு அவளிடம் இரகசியங்கள் இருந்தன. விஜயனின் கண்ணை அவள் பார்த்தபடி இருந்தாள். விஜயனே எல்லாம் என்றாள் இரதிக்கு விஜயனுக்கான பார்வை, தொடுகை, வாசனை "என்ரை மாம்பழமல்லோ" என்று சொன்ன விஜயனின் நெஞ்சில் ஒரு சார்வை என்று இத்தனை யும் இருந்தன.

விஜயன் தன்னை யாரிடமும் ஒப்படைப்பதாக இல்லை. அவன் அழகன் என்று வெறும் சொல்லில் அதைச் சொல்லி விடக்கூடாது. விரிந்த நெஞ்சில் மயிர்க்கற்றை இறங்குகிறது. கறுத்த பந்துபோல் உருண்டு திரண்டு வழுவழுத்த தோள்மூட்டு, கோடன்ரீசேட்டை தாங்குகிறது. ரீசேட்டைக் கழற்றித்தான் அவன் அழகைப் பார்க்கவேண்டுமென்றில்லை முகம் அழகு சொல்லும். தடித்து அடர்த்தியான ஒரு கற்றை மயிர் மூக்கின் கீழ் கிடந்தது. சொண்டு பிரியாது கள்ளச்சிரிப்பை கண்கள் சிரித்தன.

அவன் சிரிப்பும் அழகு. அந்தச் சிரிப்பை பெண்ணாக நின்று பார்ப்பதில் வசீகரம் தெரியும். காற்றினால் குழப்பிவிட முடியாத தன் சுருண்ட மயிரைத் தடவித் தடவி பற்களுக் கிடையே சொற்களை மடித்து வைத்து பெண்களுடன் இரகசியம் கதைத்தான். பாலகௌரியின் நாணத்துடனான சிரிப்பை வைத்து அவன் என்ன கதைத்திருப்பான் என்று யாராலும் ஊகித்துவிட முடியும்.

அவனது அழகை இவ்வாறான உரையாடல்கள் ஊறு செய்துவிடும். அதை அவன் உணர்கிறவனாக இல்லை.

பெண்களுடன் கதைப்பதிலும் அவர்களைச் சிரிக்க வைப்பதிலும் அவன் உலகம் திருப்தி கண்டது. அதற்கு மேலால் யாரிடமும் அவன் தன்னைக் கொடுக்கத் தயாராக இல்லை.

வீடுண்டு. வீட்டில் வளமுண்டு. 'மொரிஸ் மைனரில்' ஒரு கார். யமகா எஞ்சின் பூட்டிய வள்ளம் அள்ளித்தரும் கொள்ளை மீன். ஒரு அக்கா, ஒரு தம்பி, ஒரு தங்கை. கடற்கரையில் குபுகுபுவெனக் காற்று புகத்தக்க வீடு. மேலும் கொழுத்த சீதனம் தர உறவுகள் உண்டு. பிறகெதற்கு இவன் தன்னை யாரிடமும் இழக்க வேண்டும்?

சுருண்ட மயிர் கண்டோ புன்னகையில் வசீகரம் கண்டோ கதையில் வல்லபம் கண்டோ காசுக்காரன் என்ற எண்ணம் கொண்டோ மூக்குத்தி குத்தி அழகே உருவான இரதி இவனிடம் தன் மனதை இழக்கவில்லை. வின்சர்திரையரங்கு இவளை வஞ்சித்துவிட்டது. வின்சார்திரையரங்கை பிழை சொல்லக்கூடாது. படம் பார்த்து அழுது அழுது முகம் வீங்கியதில் இரதிக்கு மூளை மந்தித்துப் போயிற்று.

எத்தனையோ திரைப்படங்களை வின்சர் திரையரங்கு கண்ட போதும், 'நிறம்மாறாதபூக்கள்' என்ற திரைப்படம் தான் அரங்கிற்குள் நுழைந்த அதிகம் பெண்களை அழப் பண்ணியது. படம் முடிகிற நேரம் திரையரங்கு வெளித் தள்ளிய பெண்கள் எல்லோரும் கண்ணீர் ஒழுகியவர்களாகவும், கைக்குட்டையால் கண்களை ஒற்றுபவர்களாகவும் போனார்கள். மேலும் அழுவதற்கு ஆயத்தமாக அடுத்த காட்சிக்கான நீண்ட வரிசையிலும் பெண்களே நின்றார்கள்.

படம் முடிந்து பஸ்நிலையத்திற்குச் செல்கின்ற கஸ்தூரியார் வீதியில் இரண்டு காட்சிகளைக் காணலாம். அழுதழுது கண்சிவந்து நிலம் பார்த்துப் போகிற பெண்கள், சூரிய வெளிச்சம் தாங்காது கண் கூசுகிற பெண்கள் என்று வரிசையாகப் போகிறது ஒரு காட்சி. மற்றையது கஸ்தூரியார்வீதியில் தேநீர்க்கடைகள், கூல்பார்கள் யாவும் "ஆயிரம் மலர்களே மலருங்கள் அமுத கீதம் பாடுங்கள்" என்கின்ற 'நிறம்மாறாத பூக்கள்' திரைப்படப்பாடலை ஒலிபரப்பிவிடும். "டிங் டிடிங் டிங்டிடிங் டிங்டிடிங் ..." என்ற பாடலின் தொடக்க 'கிற்றார்' ஒலியைக் கேட்டவுடனேயே கண்ணீர் இன்னும் பெருகிவிடும். அத்துடன் ஐஸ்கிரீம் உண்ணவோ கோப்பி, தேநீர் அருந்தவோ அவர்களை வருந்தாமல் அழைத்துவிடும்.

இந்த வீச்சிலிருந்து இரதியால் எப்படித் தப்பிவிட முடியும்? அப்படிக் கண்ணீர் பெருக்கிய பெண்களில் இரதியும் ஒருத்தி ஆவாள். இரதி விஜயனுடனான இந்த காதற்றாமரைப்

பொய்கையில் ஏன் சிக்குண்டாள் என்பதற்கு ‘நிறம்மாறாத பூக்கள்’ திரைப்படத்தின் கதையை சுருக்கமாகவேனும் சொல்லவேண்டும்.

சுதாகர் ராதிகா காதலர்கள். அவர்கள் பிரிவார்கள். விஜயன் ரதியைக் காதலிக்கிறான். ரதி குளத்தில் அமிழ்ந்து போய் இறக்கிறாள். ரதியின் நினைவும் காதலும் தாங்காது விஜயன் குடித்தபடி அலைகிறான். விஜயனுக்கு திருமணம் செய்து விட்டால் சீரழிந்த வாழ்விலிருந்து அவன் தப்புவான் என்றெண்ணி ராதிகாவை விஜயனுக்குத் திருமணம் பேசப்படுகிறது. விஜயனுக்கு அது ஒரு மீட்சியாகத் தெரிகிறது. ராதிகா தன் காதலை விஜயனுக்குச் சொல்கிறாள். அப்படியா என்று விஜயன் தன் ஏமாற்றத்தை மறைத்து சுதாகரை ராதிகாவிற்கு திருமணம் முடித்து வைக்கிறான். ரதி அடிக்கடி பாடும் “ஆயிரம் மலர்களே மலருங்கள்” பாடலை கசெற் பிளேயரில் பாடவிட்டு குளத்தில் அப்படியே மூழ்கிக்கொண்டு போகிறான் விஜயன். குளத்திலிருந்து பெரிய குமிழிகள் எழுகின்றன. காற்று அந்தப் பாடலைக் காவி திசையெங்கும் அலைகின்றது . . .

பெண்கள் அழுகிறார்கள். அழுதது இனிக் காணும் என்று திரைச்சீலையில் வணக்கம் எழுதி திரையரங்கில் வெளிச்சம் பரவுகிறது.

இரதிக்கு விம்மல் பொருமலுடன் வெடிக்கிறது அழுகை. திருவிளையாடல், கந்தன்கருணை, திருமால்பெருமை, சரஸ்வதி சபதம், திருவருட்செல்வர், பக்தபிரகலாதா என்று புராணப் படங்களைப் பார்த்தவள் இரதி. அபூர்வமாக வசந்தமாளிகை பார்த்திருந்தாள். அதையும் பார்த்து முடிக்கவில்லை. அப்போது பதினொருவயதென்ற சின்னப்பிள்ளை. சாமத்தியப்படக் கூடி இல்லை. இப்பொழுது இது விபரம் தெரிந்த வயது.

மற்றவர்கள் நாசூக்காகக் கைக்குட்டையால் வாய்பொத்தி அழுகிறார்கள். இந்த மனப்பொருமலுக்குப் பொங்கி, வெடித்து, குலுங்கிக்குலுங்கி அழவேண்டும். அதற்கு வீட்டின் அறைதான் சரி. அங்கு கட்டில், தலைகணி எல்லாம் இருக்கிறது. தலைகணியில் முகம் புதைத்துக் குலுங்கலாம். ஆனால் வீட்டை போனால் அப்பா நிற்பார். இரதியின் ஒவ்வொரு அசைவுக்கும் அர்த்தம் அப்பாவுக்குத் தெரியவேண்டும். அப்பா நிற்காவிட்டாலும் கூட வீட்டை போனால் அழுகை வர மாட்டேன் என்கிறது. அப்பா நின்றால் அழுவதற்கும், சிரிப்பதற்குமான வீடல்ல அது. மணல், கல், சீமேந்துகளாலும் உணர்வுகளாலும் இறுகிப்போன வீடு.

சோளகம் குளிரக் குளிர வீசி சூரியன் மறையப் போகும் பின்னேரத்துக்குத் துக்கம் பொங்கிப் பொங்கி வருகிறது. அக்காவாலேயோ தங்கைமாராலேயோ இவள் அழுகையை ஆற்ற முடியாது. அண்ணா இருந்திருக்க வேண்டும். "அண்ணை" என்று ஆசை ஒழுகக் கூப்பிட்டு, பால்தேநீர் கொடுத்து "அண்ணை உனக்குத் தெரியுமோ? நானல்லே தியேட்டரிலை அழமெண்டு அழுது ... பக்கத்திலை இருக்கிறாக்கள் எல்லாம் என்னை ஒரு மாதிரிப் பாத்து ... எனக்கு சரியான வெக்கமாப் போச்சு."

"போடி. விசரி ... படம் பாத்திட்டு ஆரும் அழுவினமே?"

அண்ணா இல்லை. இனி ஒருபோதும் இல்லை. மீண்டும் 'நிறம்மாறாதபூக்களைப்' பார்க்க வேண்டும். திரையரங்கின் இருட்டுக்குள் குலுங்கி குலுங்கி அழ வேண்டும். அப்படி அழத்தான் 'நிறம்மாறாதபூக்களுக்குப்' பெருந்தொகையாகப் பெண்கள் வரிசையில் காத்து நிற்கிறார்கள்.

இரதி தன் வீட்டில் இருந்தாள். சனி, ஞாயிறுகளில் காலை ஏழுமணிக்கு ரியூசன். குளிக்காமல் வீடு விட்டு வெளிக்கிடுபவள் அல்ல இரதி. வேர்வை கசகசக்கிற இந்த வெய்யிலுக்கு அப்படி யாரும் வெளிக்கிடுவார்களா?

வெள்ளிக்கிழமைகளில் நல்லெண்ணெய் ஊறி இறுகிய மயிர்க்கற்றைகளுக்கு, அவித்த வெந்தயம் சீயாக்காய் தேய்த்து முழுக்கி இருந்தது. ஈரம் வடிய வாரவிடப்பட்ட கூந்தல், பின்னேரப் பொழுதுக்கும் கூட பின்னப்பட்டதில்லை. எண்ணெய் விளக்கு ஏற்றி பொழுதுபட்ட நேரத்துக்கு, அரசடி சின்ன அம்மன் கோயிலுக்குப் போகிறாள். திரி தூண்டி விளக்கேற்றுகிறாள். அம்மனை யாசிக்கிற போது கண் கசிகிறது. அம்மனிடம் எல்லாத் துக்கத்தையும் சொல்ல முடியவில்லை. ஆயினும் கண் ஒழுகவில்லை கசிகிறது.

சனி காலை ஏழுமணி ரியூசனுக்கு, வாரவிட்ட கூந்தலுடன் போக முடியாது. ஒற்றைப் பின்னலாகத் தலை நோகும்படி இறுக்கிக் கட்ட வேண்டும். அப்படி இல்லையென்றால் "உனக்கென்னத்துக்கு ரியூசன்? பள்ளிக்கூடத்திலை படிக்கிறது எண்டால் படி. இல்லாட்டில் விடு" என்பார் அப்பா. ஆய்க்கினை பிடித்த அப்பா.

இறுகிய ஒற்றைப் பின்னலுடன் இவள் சாந்தினி வீடு போகிறாள். பின்னல் அவிழ்த்து கூந்தலை வாரவிடுகிறாள். கறுத்தக் கூந்தல் முதுகில் படர்கிறது. ஞாயிற்றுக்கிழமை காலைக்கு அதுவே சாந்தினி வீட்டில் இரட்டைப் பின்னலாகிறது.

அல்லது குதிரைவால் முடிச்சாகிறது. "பொறாமையாக இருக்கடி" என்கிறாள் சாந்தினி. கொத்தாக அள்ளுகிறாள். இரதியின் கூந்தல் பட்டுப்போல் நழுவி விழுகிறது. மீண்டும் இரதி வீடேகும் போது பழையபடி கூந்தல் இறுக்கப்படுகிறது.

கறுத்தப்பொட்டு நெற்றியில் துலங்கிய இரதியிடம் விஜயன் சாடையாக மையல் கொள்ளப் பார்த்தான். விஜயனைப் பொறுத்து மயங்குவது என்பது மடங்குவது என்பதற்கான அர்த்தம். "மயங்குகிறாள்ஒருமாது" என்ற திரைப்படத்தின் பெயரை "மடக்குகிறாள்ஒரு மாது" என்றே தான் விஜயன் சொல்வான்.

தட்டாதெருச் சந்தியிலிருந்து கிளை பிரிந்து அரசமரம் நிழல் செய்த ஒழுங்கையில் இரதியின் வீடு இருந்தது. விஜயன் படிக்க வாடகைக்கு எடுத்த அறை பக்கத்து வீடு. விஜயன் மேசையின் முன் இருந்து படிக்கிற போதல்ல. படித்துக் களைத்து எழுந்து உலாத்துப் போடுகிற போது, கம்பி போட்ட யன்னலுக் கப்பால், வாழைமர இடைவெளியில், மதில்சுவர் தாண்டி, அடுத்த வீட்டு யன்னலுக்குள் இரதியின் முகம் தெரிந்தது.

விஜயன் கொடுஞ்சிரிப்பொன்றை பற்களால் கடித்துத் துப்புகிறான். இரதியைக் காணுகிற போதெல்லாம் அந்தக் கொடுஞ்சிரிப்பு உதிர்கிறது. சனி ஞாயிறுகள் மத்தியானம் வரையான பகல் வேளைகளில் இரதியை விஜயன் முழுமை யாகக் காண்கிறான்.

அப்போது முகம் மாத்திரம் தெரிகிறது. இப்போது கால் விரல் நகங்களில் இரதி கியூற்றெக்ஸ் பூசுவது தெரிகிறது. காலின் மேலேறிய காற்சங்கிலி, வெள்ளையாகத்திரண்ட கால் ... இதற்கு மேல் பார்ப்பது அழகல்ல. என்ன நினைப்பாள்?

இரதிக்கேயென்றான குமிண்சிரிப்பை அவன் தங்கத்தாம் பாளத்தில் வைத்து தந்துவிடுகிறான். அது அவளுக்கேயான சிரிப்புத்தான் என்று உறுதிப்படுத்த இரண்டு சம்பவங்கள் நிகழ்ந்தன.

அது புரட்டாதிச்சனி. குமரன்சேர் படிப்பிக்கிறார். மத்தியான நேரம். பக்கத்து வீட்டில் காகத்துக்குச் சோறு வைக்க "காகா ... காகா ..." என்று ஒரு பெண்ணின் கீச்சிட்ட குரல் கேட்டது. வகுப்பு சிரித்தது. விஜயன் இரதியைப் பார்த்துச் சிரித்தான். இரதி அதே நேரமென மின்வெட்டுப்போல விஜயனைப் பார்த்து வெட்கப்பட்டாள்.

இரதி நிறைய வெட்கப்பட்டுச்சாடையாகச் சிரித்த சம்பவம் இன்னொன்று. முன்னால் போகன்வில்லா பூத்துக்

அ. இரவி

குலுங்கி நிற்கிறது. அதன் ஒரு கொம்பில் இரண்டு அணில்கள் மிக நெருக்கமாக, ஒன்றின் மேல் ஒன்றாகப் பின்னிப் பிணைந்த படி கிடக்கின்றன. பூக்கள் உதிர்கின்றன. விஜயன் அதைக் காண்கிறான். இரதி அதைப் பார்க்கிறாள். விஜயன் இரதியைப் பார்க்கிறான். இரதி விஜயனைப் பார்க்கிறாள். விஜயன் கொடுமையிலும் கொடுமையான சிரிப்பை உதிர்க்கிறான். இரதி மிக்க முகம் சிவந்து திரும்பவும் வெட்கப்பட்டுப் போகிறாள். கடைவாயிலும் இமை நீளத்திலும் சாடையான சிரிப்பு பரவுகிறது. மூக்குத்தி விரிந்து விரிந்து அடங்குகிறது. நெஞ்சு கிளர்ந்து குமைகிறது. அவள் தலையைக் குனிந்தாள். விஜயனின் மூச்சுக்காற்று பிடரியில் படர்கிறதா? சாடையாகக் காதுமடல்களில் வெக்கை வீசுகிறது.

காதுகளைச் சுருண்ட மயிர்கொண்டு மூடி... இவன் என்ன அழகன்? ஆள்தான் கறுப்பு. இல்லையென்றால் இவன் கமலகாசன்!

பின்னேரத்துக்குக் குளிரைக் கக்கிக்கொண்டிருந்த மழைக் காலமென்றாலும் மந்தாரம் இல்லை. தெளிவாகத் துடைத்து விடப்பட்ட வானம். வடகிழக்கு மூலையில் பறுவம் குந்தி இருந்து எழுகிறது. வீடுகளுக்கு முன்னால் வாழைக்குற்றிகள் நடப்பட்டிருக்கின்றன. அதற்கு மேல் பாதித் தேங்காய். அதற்குள் எண்ணெய் தோய்ந்த வெள்ளைத்துணி எரிகிறது. எல்லா வீடுகளின் முன்னாலும் அப்படி. வீட்டு பிளாற்றுகளில் சுட்டிகள் அடுக்கப்பட்டு அதற்குள்ளிருந்து தீபம் சுடர்கிறது. வளவுகளுக்குள்ளும் தடிகள் நடப்பட்டு பந்தம் எரிகிறது. அது கார்த்திகை விளக்கீட்டு நாள்.

விஜயன் சொக்கப்பனை எரிபடுவதைப் பார்க்க வெளிக் கிட்டான். கண்ணுக்குள் பூச்சிகள் அடிக்கும் நாள், என்றாலும் கார்த்திகை விளக்கீட்டு அன்று சைக்கிள் எடுத்து ஊரின் அழகைச் சுற்றிப் பார்ப்பாது ஒரு சுகம்.

விஜயன் இரதி வீட்டடிக்கு வந்தான். வாழைக்குற்றியில் தேங்காய்பாதிக்குள் எண்ணெய் ஊற்றிக்கொண்டு நிற்பது இரதி. அவள் அருகில் தங்கைமார் நிற்கிறார்கள். விஜயன் கிட்ட வந்தான். இரதி நிமிர்ந்து பார்த்தாள். விஜயன் ஒன்றும் பறையவில்லை. தீப வெளிச்சம், மூக்குத்தி அதில் மின்னுகிறது. வெட்கப்பட்ட முகம், கடைக்கண் பார்வை, அது கொடுத்த அடியில் விஜயன் சுருண்டு வீழ்ந்தான். இவளை இனி இழக்க முடியுமா?

அந்த இரவு விஜயனுக்கு நித்திரை இல்லவே இல்லை. தீப ஒளியில் மூக்குத்தி மின்னியவள் பக்கத்து வீட்டில், கொஞ்ச

அடி தள்ளி, ஓர் அறையில், தன் அழகைச் சுமந்து படுத்திருக் கிறாள். நிம்மதியாக அவள் நித்திரை கொள்வாள். இங்கென்றால் நெஞ்சு கிடந்து வேகுது, துடிக்குது. விடிய எழுந்தவுடன் ஏதாகிலும் ஒன்று செய்ய வேண்டும். எது அது? பாழாய் போன இரவு நகர மறுக்கிறது.

வந்த சனிக்கிழமையன்று நோட்ஸ் கொப்பி பண்ண வேண்டுமென்று விஜயன் இரதியிடம் பொருளியல்கொப்பி வாங்கினான். அந்தக் கொப்பி காவப்போவது மலர்ப் பொக்கிசத்தை! அவள் கைபட்ட ஒற்றைகள் ஒவ்வொன்றை யும் ஆசையாகத் தடவினான். ஞாயிற்றுக்கிழமை காலைக்கு இரதி "ஓமென்று ஒரு சொல் சொல்லும்படியாக" எழுதிய கடிதத்தை அக்கொப்பியினுள் வைத்துக் கொடுத்தான்.

ஓமென்று ஒரு புன்னகை சொன்னாள் இரதி. உடனே அல்ல. காய்ச்சல் வருமாப்போல இருந்தது. படுபடு என்று உடம்பு அவனை வளர்த்திவிட்டது. உடலை இறுக்குகிற எல்லாவற்றையும் கழற்றி எறியவேண்டும்.

இரதி படிக்கிறேன் என்று மேசை முன்னால் இருந்தாள். அவன் விஜயன், நான் இரதி. விஜயன் – இரதி. 'நிறம்மாறாத பூக்களிலும்' விஜயன் – ரதி. அதை அவள் 'சிறீராமஜெயம்' எழுதுவது மாதிரி எழுதிக்கொண்டிருந்தாள்.

இரதி விஜயனுக்கு ஓமென்று ஒரு சொல் சொல்லவில்லை ஆனால் விஜயனைக் கண்டவுடன் உடம்பு வெட்கத்தால் நடுங்குகிறது. முகம் வியர்க்கிறது. நாணப்பட்ட புன்னகை விரிகிறது. அந்த ஞாயிற்றுக் கிழமை ரியூசனில் பிரத்தியேக மான, யாருக்குமே புலப்படாத ஒரு பார்வையை இரதி விஜயனுக்குக் கொடுத்தாள். அன்றைய பின்னேரம் உணர்வு தெறிக்க ஒரு கணத்தில் தன் யன்னல் தாண்டி, வாழைமர இடைவெளி ஊடறுத்து, மதிற்சுவர் மேவி, அவன் யன்னல் புகுந்து ஓம் என்ற புன்னகையை விஜயனின் கண்களினுள் கலந்துவிட்டாள் இரதி.

விஜயனுக்கு அந்த முறை ஏ.எல். பரீட்சை எடுக்க முடிய வில்லை. மெடிக்கல் அனுப்பினான். அடுத்த முறை ஏ.எல். பரீட்சைக்காக நல்லூரடியில் ஓர் அறை எடுத்தான். அதற்காக அவன் தந்தை இன்னும் கடலிலிருந்து மீன்களை வாரிவாரிக் கரையில் கொட்டினார்.

போகச் சில நாட்களின் பின்னேரங்களுக்கு இரதி சைக்கிளில் விஜயனைத் தேடி அறைக்கு வருகிறாள். எத்தனையோ மரங்களின் நிழல் இருந்தும் விஜயனின்

சைக்கிளின் மேலேயே தன் சைக்கிளைச் சார்த்தி வைக்கிறாள். அவள் கொண்டு வருகிற பையில் தின்பண்டங்கள் இருக் கின்றன.

தின்பண்டங்களை விஜயனுக்கு ஊட்டிவிடுகிறாள். "என்ரை மாம்பழம்" என்று விஜயன் அவள் கன்னத்தைக் கடிக்கிறான். மின்னும் மூக்குத்தி கண்டு மூக்கைக் கவ்வுகிறான்.

"என்ரை மாம்பழம்" என்ற தேன் தடவி, அமுது ததும்பிய சொற்களை அவன் எதன் பொருட்டும் யாருக்கும் சொல்வ தாக இல்லை. ஒரு குழந்தையின் அழகுப்புன்னகை கண்டோ, அமுதமொழி கேட்டோ கூட அவன் சொல்லிவிடமாட்டான். அது இரதிக்குட்டிக்கு மாத்திரம். மாம்பழக்குஞ்சு. மாம்பழம் இனித்து மாத்திரம் இருக்கவில்லை. தன் சுகந்தம் வீசிக்கிடந்தது.

ஒருக்கால் சிரித்தால் கன்னக் கதுப்பில் றோஸ்நிற மின்னல் வெடிக்கிறது. அது இப்போ அடிக்கடி. "இப்பதான் அப்பிடி" என்றாள். "அடிக்கடி சிரிக்கிறன்" எதற்கும் சிரிக்கிறாள். எல்லாவற்றுக்கும் கலகலக்கிறாள். முகம் பூரிப்பில் விரிகிறது.

அப்பா தங்கக்கட்டி உருக்கித் தட்டி, செதுக்கி, அழகு செய்து வளையல் ஆக்குகிறார். அட்டியல் செய்கிறார். நெக்கிலஸ் படைக்கிறார். 'மிசின்கட்' நகை செய்ய மிசின் வாங்க வேண்டி யிருக்கிறது.

எதற்கும் கையில் காசு புழங்கவில்லை. நான்கு பிள்ளை களுக்கும் சீதனமாக உடம்பு முழுக்க நகைகளை அள்ளிப் போட்டு அனுப்பலாம். ஆனால் வீடும் வளவும் வேண்டு மென்று கேட்பவர்களுக்கு என்ன செய்வது? பிள்ளைகள் ஒவ்வொன்றும் 'இலட்சுமியாக' இருக்கிறார்கள். அது ஒன்றுதான் செல்வம், சொத்து.

அதுவே அச்சத்தையும் தருகிறது. அழகு கண்டு ஒருத்தியை யாரும் தூக்கிப் போய்விட்டால், மற்றவர்களின் கதி? மூத்தவள் அழகு கண்டு, அருமையான வாழ்வு வாய்த்திருக்கிறது. அப்படியே மற்றவர்களுக்கும் ஆகி விடுமா?

இரதியின் அம்மாவை இரதியின் அப்பா 'சற் மொடல்' காரில் தூக்கி வந்தார். அம்மாவின் அக்காலப் பேரழகுக்கும் நிறத்திற்கும் தூக்கி வரத்தான் வேண்டும். அந்த அழகை ஒன்றும் மிச்சம் வைக்காமல் நான்கு பெண்களுக்கும் பகிர்ந்து அல்லாமல் பொதுவில் கொடுத்துவிட்டார் அம்மா.

'என்னைப் போல் இன்னொருவன் ஏதும் செய்ய மாட்டான் என்று என்ன நிச்சயம்?' இரதியின் அப்பா

அஞ்சினார் என்று சொல்லக்கூடாது. அது ஆகச் சிறு வார்த்தை. வயிற்றில் நெருப்பைக் கட்டி வாழ்ந்தார்.

பிள்ளைகள் படங்கள் பார்க்கத்தான் வேண்டும். அதற்குக் கட்டுப்பாடு விதிக்கக்கூடாது. கட்டுப்பாடு விதித்தால் கள்ளம் பெருகும். பிள்ளைகளை அம்மாவுடன் அப்பா படத்துக்கு கூட்டிப் போனார். திருவிளையாடல், சரஸ்வதி சபதம், கந்தன் கருணை, திருமால்பெருமை, திருவருட்செல்வர் ஆகியன அப்படிப் பார்த்த படங்கள். 'மற்றைய படங்கள் வேண்டாம். முன்னர் வின்சர்கொட்டகையில் ரீ. ஆர். ராசகுமாரியைப் பார்ப்பதற்காக எவ்வளவு ஏங்கினேன்...'

தந்தை காட்டிய புராணப் படங்களைப் பார்த்து நான்கு பெண்களும் பக்தி முற்றி விரதம் விரதமாகப் பிடித்து உடல் தேய்ந்தவர்கள் அல்லர். அதைப் பார்த்து வாழ்வு சலித்துப் போகிறது. கடவுள்மாரே சண்டை பிடிக்கிறார்கள். கோயில் தரும் புனிதம், அழகு, அமைதி ஒன்றையும் இந்தப் படங்கள் தருவதாக இல்லை.

ஒரு திரைப்படம் நிறைய நாட்களாக ஓடுகிறது. எப்போதும் தியேட்டரின் முன் சனம் குழுமி நிற்கிறது. ஊரெல்லாம் அந்தப் படத்தைப் பற்றியே பேச்சு. சோளகம் அள்ளி வாற லவுட்ஸ் பீக்கரின் பாடல்கள் யாவும்

"இந்த மாளிகை வசந்த மாளிகை

காதல் ஓவியம் கலைந்த மாளிகை

யாருக்காக இது யாருக்காக"

என்றே கேள்விகள் கேட்கின்றன. கேள்வியின் துயரமும் கொதிப்பும் அப்படி என்னதான் நடந்துவிட்டது என்று பார்க்கத் தூண்டியது. இலங்கை வானொலியில் "யாருக்காக?" என்று பாடலைப் போட்டுவிட்டு "இது உங்களுக்காக" என்கிறார் கே.எஸ். ராஜா.

சரி, வசந்தமாளிகை திரைப்படத்தில் அப்படி என்னதான் இருக்கிறது? என்று இருநூறு நாட்கள் கடந்த ஒரு நாளில் வெலிங்டன் தியேட்டருக்குப் போனது இரதியின் குடும்பம். வரிசையான இருக்கையில் ஒரு முனையில் அம்மா மறு முனையில் அப்பா. இரதியின் அப்பா "தலையைக் குனியுங் கோடி, தலையைக் குனியுங்கோடி" என்று எட்டு முறை சொன்னார். "குடிமகனே ...", "ஒரு கிண்ணத்தை ஏந்துகிறேன் ..." பாடல்கள் வந்த போது மாத்திரமல்ல "மயக்கம் என்ன ..." பாடல் வந்தபோதும் கூட.

இவ்வாறு எட்டு முறை சொன்னது படம் முடியும் வரை அல்ல. போர்வை போர்த்திய சிவாஜியின் காலடியில் மணப்பெண்ணாக வாணிஸ்ரீ கும்பிட்டு நிற்கிறார். அந்த இடத்தில் "வாங்கோடி" என்று படம் முடியும் முன்னரே எழுப்பிக் கூட்டிக்கொண்டு போனார் அப்பா. படத்தை விட்டுவிட்டு அந்த இருளில் அவர்களை ஆச்சரியமாகப் பார்த்தவர்களே அனேகர்.

பதினொரு வயதேயான இரதிக்கு அந்தக் காட்சி அப்படியே உறைந்து போய்விட்டது. சிவாஜியும் வாணிஸ்ரீயும் பிறகு இணையவேயில்லையா என்று ஏங்கி வெகு துக்கத்தில் ஆழ்ந்தாள் இரதி. "தன்னையே உணர முடியாதவளுக்கு அகம்பாவம் எதற்கு? அது எப்படி இருக்க முடியும்?" என்று வாணிஸ்ரீ கேட்ட வரி நெஞ்சில் ஒலித்துக்கொண்டிருந்தது.

அதற்குப் பிறகும் இரதி மூன்று நான்கென்று திரைப் படங்கள் பார்த்தனள் தான். ஆயினும் 'நிறம்மாறாதபூக்கள்' திரைப்படம்தான் இரண்டு முறை பார்க்கக் கிடைத்த ஒன்று. ஊரெல்லாம் அதே படம் பற்றிய பேச்சு என்பதால் ஒருமுறை பார்க்க அப்பா விட்டார். அப்படி ஓர் அழுகையை இரதி இதுவரை அழுததில்லை. விம்மல் பொருமலுடன் வெடித்தது அழுகை.

கலியாணம் முடித்த அக்கா வீடு வந்ததில் 'நிறம்மாறாத பூக்களை' இன்னொரு முறை பார்க்க அப்பா விட்டார். அத்தான் வரிசையில் நின்று ஐந்து ரிக்கெற் எடுத்து வரவே அழ ஆயத்தமாக நின்றாள் இரதி. திரையரங்கிற்குள் இரதிக்கு பொங்கிப் பொங்கிப் பெருகியது அழுகை. "என்னடி இப்பிடி அழுறாய்" அக்கா இரதியின் கையைப் பிடித்து முதுகைத் தடவினா. "அழாதையடி" என்றா.

"படம் பாத்திட்டு வந்து பின்னேரம் யன்லுக்குள்ளாலை உங்களைக் கண்டனான்."

"கண்டு என்ன நைச்சனி?"

"ரியூட்டரியிலை கண்ட முகமா இருக்கே எண்டு நைச்சனான்."

"வேறை ஒண்டும் நைக்கேல்லையோ?"

"கறுவல் தான் எண்டாலும் வடிவாயிருக்கிறான் எண்டு நைச்சன்."

விஜயன் இரதியின் மூக்கைப் பிடித்துகிட்டே இழுத்துக் கவ்வினான். "என்ரை துரை" என்று இரதி விஜயனின் காதோரம் வார்த்தை தடவினாள்.

3

“என்ரை துரை” இன்னும் காதிலிருந்து கழுவுப்படாத அந்த வார்த்தையை விஜயன் சுமந்து திரிந்தான். விமானத்தில் யன்னலுக்குள்ளால் ஒன்றும் எறிபடவில்லை. இதோ ஓட்டிக் கொண்டு வருகிறது. கழுத்துப் புறமிருந்து சேர்த்த அந்த வாசனையுடன் காதலால் தழுவிச் சொன்ன வார்த்தைகளை தூக்கி ஓரமாய்ப் போட முடியவில்லை.

மரங்களிலிருந்து சருகுகள் கொட்டுண்ணுகின்றன. தூறல் மழையில் நசிந்து போன சருகுகள். விளக்குமாற்றை நிமிர்த்தி வைத்த மாதிரி குளிரில் விறைத்துப் போய் நின்றன மரங்கள். விஜயனுக்கு வேலை கிடைக்கிற பாடாக இல்லை. அறைக்குள் அடங்கினால் கண் அயர்ந்து விடுகிறது. பிறகு இரா முழுக்க நித்திரை இல்லை.

சிவந்து கொழுத்த கை. ஒரு சோடி நெளியல் காப்பு. பசுந்தான விரல்கள். ஒரு மோதிரம். இரதி வருவாள். விரல் களைத் தடவியபடியே இருக்கலாம். காலம் இனிமை. உலகம் இனிமை. தன் கைகளுள் இரதியின் கைகளைக் கோர்த்தான். “ஆண்டவரே அவளை எனக்காய் ஆக்கிவிடு” முணுமுணுத்தான். அது கேட்டு இரதி அவன் நெஞ்சில் தலை வைத்தாள். “நான் எப்பவோ என்னைத் தந்திட்டன்” அதை இரதி முணு முணுத்தாள். இவன் முகத்தை திருப்பி நெற்றியில் ஒரு முத்தம் வைத்தான்.

பகலும் இரவும் வெளியில் குளிர். அறை புழுங்குகிறது. விஜயன் ‘டோலில்’ சீவிக்கிறான். தபாற்கந்தோரில் ‘டோலை’ மாற்றிய கொஞ்ச நாளைக்கு பேர்ஸ் பம்மிக் கொண்டு கிடக்கும். ஓர் இராப்படுக்கைக்கான அறை வாடகையையும் ‘டோல்’ கொடுத்து விடுகிறது. ஒரு வேலை தருவதற்கு ஒருவர் இல்லை. வேலை தேடுகிறதாகவும் விஜயன் இல்லை. விம்பிள்டன்சேஸ் ஸ்ரேசனில் இரண்டு திக்கிற்கும் அரை மணித்தியாலத்திற்கு ஒருமுறை ரயில் போகிறது. ‘ஓவ்லைசென்ஸ்’ திறபடுகிற காலை பதினொரு மணிக்கு இரண்டு பியர்கானை வாங்குகிறான். ஸ்ரேசன் வாங்கில் அமர்ந்து ஒரு பியர்கானை உடைக்கிறான். மேற்குத் திக்கில் போகிற ரயில் புகாருக்குள் மறைகிறது.

பாலைவனப் பாதையிலே
பால் நிலவை நானும் கண்டேன்
தேன் இறைத்த பால் நிலவு
தீ இறைத்துப் போவதென்ன
காதல்வரிப் பாடலெல்லாம்
கானல்வரி ஆனதென்ன ...

முணுமுணுக்க அந்தப்பாட்டு திரும்பத் திரும்ப வருகிறது. 'அதென்ன அப்படியே என் வாழ்வைச் சொல்லிவிட்டது' எஸ்.பி. பாலசுப்பிரமணியம் உருகிக் குழைய நெஞ்சு துடித்தது. கண்கலங்கி இதோ இருதுளி நீர் விழுமாப்போல் ஆகிவிட்டது. கானல்வரி என்றால் அது என்ன? என்னவோ, ஆனால் நெஞ்சை மிக வருத்தமுறச் செய்கிறது.

குளிருக்கும் பியருக்கும் சளி நெஞ்சை நிறைத்துப் போயிற்று. 'ஒக்ஸ்பாமில்' பத்துப் பவுண்டுக்கு வாங்கிய 'கோட்'டால் இவன் மேல் படிகிற குளிரை தடுக்க முடியவில்லை. காறிக் காறித் துப்பினான். அக்கம் பக்கம் பார்த்துவிட்டு மூக்கை சீறி எறிந்தான். விஜயன் இந்த பாழ்பட்ட நகரத்துக்கு உயிர் கொல்லும் கிருமிகளை மூக்காலும் வாயாலும் பரப்பியவாறு தாண்டித்தாண்டி நடந்தான். இடக்கால்தான் சற்றுச் சின்னது. ஆகத் தூரம் நடந்தால் வலிக்கிறது.

எதைப்பார்த்தாலும், அந்தப் பொருளின் மேல் வட்டமாகச் சின்னப் பொறி விழுகிறது. வலக்கண்ணை சோதித்தாயிற்று. இடக்கண்ணிலிருந்துதான் அந்தப் பொறி விழுகிறது. இடக் கண்ணால் வாசிக்கிற எந்த எழுத்தும் கலங்கல்.

விஜயனின் இடப்பக்கம் இப்போ நிறையத்தான் அழுகிப் போயிற்று.

போகட்டும். இரதி இப்போ கனடாவில் என்ன செய்வாள்? பிள்ளை பெற்றிருப்பாளா? கணவனுடன் கைகோர்த்துத் திரிவாளா? கைகோர்த்து? நெஞ்சில் சாய்வாளா? "எப்பொழுதோ நான் உங்களுடையவள் ஆகிவிட்டேன்" என்பாளா? புருசனுக்கு தன் மனதையும் கொடுத்திருப்பாளா? "என்ரை துரை" என்ற அந்த வார்த்தையை கணவனுக்கும் கொடுத்திருப்பாளா? கரிய விழிகளால், தன் கணவனை காதல் மீதூரப் பார்த்திருப் பாளா? புருசனைக் காணும் போது கன்னக் கதுப்பில் வெட்கம் கவியுமா? மூக்குத்தி சுழித்து படுக்கையில் மயங்கிச் சரிவாளா? அந்த நிலா முகத்தில் வேறொருவனின் முத்தங்கள் நிறைந் திருக்குமா?

பழம் கொத்திவிட ஒரு சிட்டுக் குருவியாகத்தான் இரதி விஜயனின் அறை தேடிவந்தாள். ஒற்றைப் பின்னல் இறுக்கின முகத்தில் அப்படித் துயர் என்று ஏதும் தெரியவில்லை. விஜயனின் கையைப் பிடித்து அதில் கோடு கீறிச் சொன்னாள். "கனடாவிலை எனக்கு மாப்பிள்ளை பாக்கினம்."

விஜயன் திகிலுடன் கையை விடுவித்தான். "என்ன சொல்றாய்?"

"என்ரை சாதகத்தைக்கொண்டு போகினம். அப்பா வந்து அம்மாவோடை குசுகுசுக்கிறார். கனடா எண்டெல்லாம் ஏதோ கதை வருகுது."

"நீ என்ன சொன்னீ?"

"என்னோடை ஒண்டும் கதைக்கேல்லையே!"

"என்னடா வலு சிம்பிளாச் சொல்றாய். எனக்கு இஞ்சை என்னவோ செய்யுது."

"நானெண்டால் ஒரு சொட்டும் பயப்பிடேல்லை. என்னட்டை கலியாணம் எண்டு கதைக்க வரட்டும் மிச்சத்தை நான் கதைக்கிறன்."

"உறுதியா நிப்பியாடா?"

"உங்கன்ரை ரதியை உங்களுக்கு விளங்கேல்லையா?"

விஜயன் இரதியின் தோளில் முகம் வைத்தான். தோளில் ஈரம் கசிந்ததை இரதி உணர்ந்தாள். விஜயனின் முகத்தை நிமிர்த்தி "என்ரை துரை எல்லே. அழாதை. நான் எப்பவும் உனக்குத்தான்" விஜயனின் கைகளுக்குள் கிடந்து விஜயனுக் கான பாடலை மெல்லப் பாடினாள்:

"மன்னவா உன்னை நான் மாலையிட்டால் மகிழ்வேன்."

இவள் குழந்தை. என்னை விட்டு நீங்கமாட்டாள். ஆனால் அப்பா மிருகமே? இந்தப் பிஞ்சு முகத்தைக் கண்டும் எந்த இரக்கமும் கொள்ளாமல் அடித்தாரே? அவள் சாமத்தியப் பட்ட நாள் வரை அடித்தார். எதற்கு என்று அல்ல. ஓர் இரவு படிக்காததற்கு அடித்தார். ஓர் இரவு அம்மாவுக்கு உதவி செய்யாமல் படித்ததற்கு அடித்தார். ஒரு காலையில் குளிக்காததற்கு அடித்தார். ஒரு பின்னேரம் குளித்ததற்கு அடித்தார்.

எந்த நாளும் அல்ல: எப்போதோ இருந்திட்டு விழுந்த அடி. ஆனால் எதற்கென்று தெரியாத அடி. எதனால் அடி கிடைக்கும் என்றும் தெரியாது. எதுவோ கையில் கிடைக்கின்ற அதுவால். தடியாக இருக்கலாம். பெல்றாகக் கூட இருக்கலாம். அம்மா கத்தினா: "அவளை ஏன் போட்டு அடிக்கிறியள்?" இந்தக் குழந்தை முகத்தைப் பார்த்தா அடிக்கிறார் அப்பா? இந்த சிரித்த முகத்தைப் பார்த்தால் என்னவென்று கை ஓங்கும்?

அ. இரவி

"அப்பாவுக்கு முன்னாலை நான் ஒரு நாளும் சிரிச்ச தில்லை. அப்பா அடிக்க வாறார் எண்டு தெரிஞ்சால் அப்பிடியே நிப்பன். அழமாட்டன். கண்ணை மூடிக்கொண்டு நிப்பன் ..."

"என்னென்டடா உன்னிலை தொட மனம் வருது? இந்த மாம்பழக் கன்னத்திலை கொஞ்ச வேணுமெண்டெல்லோ வரும். என்ரை மாம்பழக் குஞ்சு. உன்னை ஒரு சொட்டும் நான் நோகப் பண்ணமாட்டன்."

அன்று விஜயன் அந்த மாம்பழத்தை ஒரு சொட்டுக் கடித்துத் தின்றான்.

யன்னலுக்குள்ளால் சூரியன் தன் கடைசிக் கிரணங்களை அனுப்பிக்கொண்டிருந்த பின்னேரத்துக்கு இரதி சொல்லிக் கொண்டிருந்தாள்: "பிரச்சினை இறுகீட்டு விஜயன். நான் உங்களுக்குக் கிடைப்பனோ தெரியேல்லை. அம்மா படத்தைக் காட்டிறா. கனடாவுக்குப் போய் சந்தோசமாய் இரு எண்டிறா. என்ரை முகம் கறுத்ததைப் பாத்து ..."

"பிள்ளை நீ ஆரையும் விரும்பிறியா? ஒளிக்காமல் சொல்லு. சொல்லடி. விரும்பிறியா? வேண்டாம். சொல்ல வேண்டாம். நீ ஒருத்தரையும் விரும்பேல்லை. நீ ஒழுங்கா இருக்கிறாய். அப்பா வெட்டிப் போட்டிடுவர் எண்டு பயந்து ஒழுங்கா இருக்கிறாய். எனக்குத் தெரியும் நீ ஒரு ஆம்பிளையையும் திரும்பிப் பாக்க மாட்டாய்.

உனக்குப் பின்னாலை ரண்டு தங்கச்சிமார் இருக்கினம். அதுகளும் ஒழுங்கா இருந்து கலியாணம் கட்டவேணும். எல்லாம் உனக்குத் தெரியும். ஆரையும் பாத்து பல்லுக் காட்டினால்தானே அவனவன் பின்னாலை வருவான்.

நீ ஆரையும் திரும்பிக்கூடப் பாக்கமாட்டாய். அது எனக்கு நல்லாத் தெரியும். அப்பா உன்னை அந்த மாதிரி வளர்த் திருக்கிறார். அதாலைதான் உன்ரை அப்பா நெஞ்சை நிமிர்த்தி நடக்கிறார். நீங்கள் ஆரும் ஏறுக்குமாறா ஏதும் செய்தியளோ அந்தாள் என்னையும் உங்களையும் கண்டதுண்டமா வெட்டிப் போடும். அந்தாளும் பிறகு உயிரோடை இருக்காது. உத்தரத் திலை தொங்கும். அதுவும் உங்களுக்குத் தெரியும். எல்லாம் தெரிஞ்சுதான் நீங்கள் வளர்ந்தனியள்.

உங்கன்ரை அப்பா என்னைக் கடத்திக்கொண்டு வந்து கலியாணம் முடிச்சதை இப்ப நைச்சாலும் அவருக்கு கைகால் பதறும். மூத்தவள் பிறந்தாப் பிறகுதான் ஆகக் கடுமையா யோசிச்சார். 'மோட்டு வேலை பாத்திட்டன். மோட்டு வேலை பாத்திட்டன்' எண்டு தலை தலையா அடிப்பார்.

அதுதான் ஒவ்வொரு சின்ன விசயத்திலையும் உங்களைக் கவனமா வளர்க்குது. அந்தாள் அப்பிடி உங்களை இறுக்கிப் பிடிச்சதாலை நான் உங்களை இளகவிட்டிட்டன். ஆரும் அண்ணன்மார் உள்ள பெட்டைகளைக்கூட உனக்கு பிரெண்டா இருக்க விடமாட்டார் உன்ரை கொப்பா. உங்கன்ரை ஒரு தலைமுடிகூட அங்கை இங்கை எண்டு அலைய விடமாட்டார். ஆரும் அதை எடுத்து வசியம் செய்து போட்டாலெண்டு. உன்ரை அப்பாவைப் பற்றி உனக்கு நல்லாத் தெரியும். அப்பிடித் தெரிஞ்ச நீ ஒருத்தரையும் விரும்பியிருக்க மாட்டாய். அது எனக்கு தெரியும்.

கொக்காவிலும் பாக்க எல்லாத்தையும் யோசிச்சு நடக் கிறது நீதான். கொக்கா சாந்தி ஒரு பேய்ச்சி. கொக்காவின்ரை வடிவுக்கு ஆரும் கொத்திக்கொண்டு போவாங்களோ எண்டு நான் பயந்தனான். நல்லூர்க் கந்தன்ரை அருள். அப்பிடி ஒண்டும் நடக்கேல்லை. உன்ரை வடிவுக்கு ஆரும் கொத்திக் கொண்டு போவாங்கள்தான். ஆனால் நீ புத்திசாலி. அப்பிடி ஒண்டும் நடக்கவிடமாட்டாய். உன்னை எனக்கு நல்லாத் தெரியும். சரி போ. போ பிள்ளை. முகத்தைக் கழுவிப்போட்டு வா. தேத்தண்ணி தாறன். போ பிள்ளை உன்ரை நல்ல குணத்துக்கு எல்லாம் நல்லா நடக்கும். மாப்பிள்ளை தங்கமாம். வெளிநாட்டுக்குப் போயும்கூட பீடி சிகரெட் தண்ணிவென்னி ஒணடும் கிடையாதாம். செல்லம்மா மைச்சாளின்ரை மோன் காரன். உனக்குத் தெரியும்தானே செல்லம்மா மைச்சாளை. முந்தி இஞ்சதான் இருந்தவை. பிறகு உழைப்புக்கெண்டு கொழும்புக்குப் போட்டினம். சின்னப்பிள்ளையிலை நீ அவனைக் கண்டிருப்பாய். நல்ல நிறமான வடிவான பொடியன். சித்தப்பாதான் சம்பந்தம் பேசியிருக்கிறார்.

கனடாவிலை போய்ச் சந்தோசமா இரு. அதை ஒண்டைத்தான் நான் உன்னட்டைக் கேட்கிறன். கையெடுத்துக் கும்பிட்டுக் கேக்கிறன். போ பிள்ளை. முகத்தைக் கழுவிப் போட்டு வா... வாசுகீ, ரேவதீ வாங்கோ தேத்தண்ணி ஆத்தி வைச்சிருக்கிறன். போ, போய் முகத்தைக் கழுவணை..."

நிலத்தில் குத்திய கட்டையாக நின்றாள் இரதி. ஒரு வார்த்தை சொல்ல ஒன்றுமில்லை. கண்ணீர் பெருகிக் கொட்டிற்று. அம்மா அதைக் கண்டார்.

சிறிது நேரம் பார்த்தார். சீலைத் தலைப்பெடுத்து இரதி யின் கண்ணீரைத் துடைத்தார். "கையெடுத்துக் கும்பிடுறன் பிள்ளை" என்று திரும்ப ஒருமுறை முணுமுணுப்பாகச் சொன்னார். அம்மாவின் மணம் மூக்கில் நுழைந்தது. சீலைத்

தலைப்பெடுத்து தனது கண்ணைத் துடைத்துக்கொண்டு அம்மா குசினிக்குள் போனார்.

"சின்னக்கா" என்றபடி வாசுகி வந்தாள். "என்ன ஒரு மாதிரி இருக்கிறாய்?" என்று ரேவதி கேட்டாள். "ஒண்டுமில்லை" என்று கிணற்றடிக்குப் போனாள் இரதி. "அழகுப் பிஞ்சுகள். இவர்கள் வாழ்வு என்னால் அழிய வேணுமோ?"

முகம் கழுவி வர "சின்னக்காவைக் கவனமாய்ப் பாருங்கோ ..." என்று அம்மாவின் குரல் குசினியுள்ளிருந்து மெதுவாகக் கேட்டது

விஜயன் சொன்னான்: "என்னடா, குண்டைத் தூக்கிப் போடுறாய்?"

"என்ன செய்யிறதெண்டே தெரியேல்லை விஜயன்."

"ஏன் இப்பிடி நோஞ்சானா நிக்கிறாய், உறுதியா நில்லன். வீட்டிலை விசயத்தைச் சொல்லிப் பாரன்."

"சொல்ல வேணுமெண்டு வாய் உன்னுது. ஆனால் அம்மா அண்டைக்குக் கதைச்சதைப் பாத்தா என்னெண்டு சொல்லுற தெண்டே தெரியேல்லை.

"அப்ப ஒண்டு செய். வீட்டை விட்டிட்டு ஓடிவா"

"ஆ..." என்ற இரதியின் பயம் மெல்ல நடுங்கி ஒழுகிற்று. "இவ்வளவு சொல்லியும் இப்பிடிக் கேக்கிறியளே? என்ன விஜயன் நீங்கள்?"

"என்னம்மா செய்ய? சொல்லு நான் என்ன செய்ய வேணும்? என்ரை அய்யா அம்மாவை பொம்பிளை கேட்டு அனுப்பி விடட்டா?"

"கொஞ்சம் பொறுங்கோ. நான் அம்மாவோடை மெல்ல மாக் கதைக்கிறன். நீங்கள் ஆரும் வந்தால் வேண்டாம். உங்களுக்கு அப்பாவைத் தெரியாது. அப்பாவை அம்மாவுக்கு கூட முழுசாத் தெரியாது. எனக்குத்தான் தெரியும். அதெல்லாம் தெரிஞ்சுகொண்டு ஏன் தான் இதுக்கை விழுந்தனோ?"

சாமத்தியப்பட்ட நாள் வரைக்கும் தான் பெல்ற்றாலையோ என்னத்தாலையோ அடித்தார் அப்பா. இது வேறை அடி. அதைவிடக் கடுமையான வலி தாற அடி.

குலை தள்ளிய வாழை மரங்கள் நிழல் செய்தும் மற்றும் மறைத்தும் நின்ற கிணற்றில் இரதி குளித்துக்கொண்டிருந்தாள். மதில் தாண்டிய ஒழுங்கையில் ஒரு சீழ்க்கை ஒலி கேட்டது.

வரவர உயர்ந்து பிறகு தேய்ந்து போயிருந்தால் அது ஒழுங்கையில் போகிற ஒரு சீழ்க்கை ஒலி எனலாம். இது வரவர உயர்ந்து பின் அப்படியே நின்றுவிட்டது. காற்று உறைந்து சீழ்க்கை ஒலியை தேக்கி வைத்தது. அது சூழலில் சிறு அச்சத்தைக் கொடுத்தது. இரதி திகிலில் நின்றாள்.

தோயலில் இச்சீழ்க்கை ஒலி நெஞ்சில் படபடப்பைக் கொடுத்தது. துலா தாழ்ந்தும் உயர்ந்தும் தோயல் தொடர்ந்தது.

இரதியின் அப்பா சம்மணப்பலகை கழுவ வந்தார். அப்பா தன் பெண்மக்கள் குளிக்கும் போது வழமையாக வாறவர் அல்லர். பெண்மக்களும் அப்பாவைக் கண்டால் கூசிப் போகிறவர்கள். அப்பா வீட்டில் இல்லாத போதென்றால், எந்தப் பெண்மகளும் உடுப்பு விசயத்தில் அசிரத்தயாகத்தான் இருப்பாள் முழங்கால் கூடத் தெரியும். வீட்டு வளவுள் அப்பாவின் எந்த அசுகை தெரிந்தாலும் கால் வரைக்கும் எல்லா உடுப்பும் நீண்டு விடுகின்றன.

இப்போது இரதிக்கு கூச்சம் வரவில்லை. படபடப்பு பெருகிற்று. சீழ்க்கை ஒலி கேட்டது. அப்பா கழுவிக்கொண்டு நின்றார். சீழ்க்கை ஒலி கேட்டுக்கொண்டிருந்தது.

அப்பா சடக்கென மதிலில் கால் ஊன்றி மதிலின் மேலால் எட்டிப் பார்த்தார். ஓர் இளந்தாரிப் பெடியன் துலா ஏறி இறங்குவதைப் பார்த்து சீழ்க்கை ஒலியால் சமிக்ஞை கொடுத்து நின்றான். அப்படித்தான் அப்பாவுக்குத் தெரிந்தது. அப்பாவின் தலையைப் பார்த்து சும்மா போனவன் போல் நடந்தான்.

அப்பா மதிலால் குதித்து "போடி உள்ளை" என்றார்.

"அப்பா நான் இன்னும்..."

"ஒண்டும் பறைய வேண்டாம். போடி உள்ளை."

உள்ளே ஈரத்துணியுடன் இரதியை நிற்க வைத்து,

"ஆர் அவன்?"

"ஆரைக் கேக்கிறீங்கள்?"

அப்பாவின் கை ஓங்கியது. சடாரெனப் பதித்து "சொல்லடி ஆர் அவன்?"

"ஆரைக் கேக்கிறிங்கள் எண்டு எனக்குத் தெரியேல்லையே?"

"சொல்ல மாட்டாய் என்ன? இப்படிக் கேட்டால் சொல்ல மாட்டாய் என்ன?.." வலப்பக்கமும் இடப்பக்கமும் முன்பக்கமும் பின்பக்கமும் கண்ணால் அலைந்தார். தீராந்தி அடுக்கிய

சுவர்க்கரையில் போத்தல் கிடந்தது. போத்தலின் கழுத்தில் தூக்கினார்.

"சொல்லு ஆரவன்?"

"எனக்கு தெரியாது அப்பா."

"உப்பிடிக் கேட்டால் சொல்லமாட்டாய். செய்யிறன்பார்."

போத்தல் கழுத்தில் பிடித்து கவரில் அறைந்தார். சிலுங் கென்று நொருங்கிற்று. போத்தலின் கழுத்துப் பகுதி கூரான பிசுங்கானுடன் அப்பாவின் கையில்.

"சொல்லு ஆரவன்?"

அப்பா இடது கையில் பிசுங்கானினால் நேர்கோடு இழுக்கத் தொடங்கினார். வெள்ளையாகப் பிளந்த கோடு இரத்தச் சிவப்பால் கசிந்து ஊத்துண்ணத் தொடங்கியது.

"சொல்லு ஆரவன்? சொல்லடி."

ஒவ்வொரு சொல்லுக்கும் கோடு இறங்கியது. "அப்பா" என்று கத்திளாள் இரதி. அப்படியே மயங்கி விழுந்தாள்.

அப்பாவின் கையில் பன்னிரண்டு இழை கட்டப்பட்டது. அவன் ஆர் என்று அறியாத வரைக்கும் மூன்று நாள் சாப்பாடு அப்பாவுக்கு இறங்கவில்லை.

மூன்றாம் நாள் இராச்சாப்பாட்டிற்கு முன் இரதி அப்பா வின் கையை எடுத்து தன் மடியில் வைத்தாள். புண் பட்ட கையை மெல்லத் தடவினாள். இரதியின் கண் ஒழுகிற்று பெருகிற்று. அப்பா இரதியின் கண்ணைப் பார்த்தார்.

"அப்பா என்னை நம்புங்கோப்பா. நான் உங்கன்ரை மகள். என்னை நம்புங்கோ. எனக்குத் தெரியாதப்பா. ஒண்டும் தெரியாது. இதுக்கு மிஞ்சி எப்படிச் சொல்லுறதெண்ட எனக்குத் தெரியேல்லை. நான் இனிச் செத்துத்தான் இதை நிரூபிக்க வேணும். செத்துப் போகட்டா அப்பா? சொல்லுங்கோ. அப்பா என்னை நம்புங்கோ. கெஞ்சிக் கேக்கிறன். காலைப் பிடிச்சுக் கெஞ்சி கேக்கிறன். என்னை நம்புங்கோ. அப்பா எழும்பிச் சாப்பிடுங்கோ. சாப்பிடுங்கோ அப்பா. பிளீஸ் ..."

அப்பா ஒன்றும் பறையவில்லை. எழும்பிச் சாப்பிட்டார். மூன்று நாள் பசிக்கு அவர் சாப்பிடவில்லை என்று சோற்றைக் குழைத்ததில், கண்ணீர் ஒழுகியதில் தெரிந்தது. அப்பா கண்ணீர் பெருக்கி ஒருவரும் ஒருபோதும் பார்த்ததில்லை. முட்டி வந்தது அழுகை. வாசுகி ரேவதிக்கும் கூட.

இவ்வளவு தெரிந்திருந்தும் விஜயனின் மீது இத்தனை மையல் ஏன் வந்தது? விஜயன் என்ற பெயரே எத்துணை சுகம் தருகிறது. எத்தனை இனியன் அவன்! நெடுத்துப் போய் மூக்கு நீண்டு மயிர் சுருண்டு . . . விஜயன் இத்தனை இனித்திருக்க அந்த அழகும், அன்பான கதையும் தானா காரணம்? வேறேதும் இல்லையா?

இருக்கிறது. மென்மையான கைகளில் பூவாகத் தாங்குகிறான் அளகபாரத்தை நெஞ்சு நிறைய படர்ந்து விரிய விடுகிறான். நெடிய மூக்கால் கன்னத்தில் கோலம் கீறி "அழகுக் குட்டி" என்று காதில் ஓதுகிறான். "என்ரை ராசாத்தி" என்று 'ராசாத்தியை' நெஞ்சில் சாய்க்கிறான்.

"சிறகுள் எனைமூடி அருமை மகள் போல வளர்த்த கதை சொல்லவா?" என்று இரதி பாடினாள். "அடுத்த வரியைப் பாடாதை" என்றான் விஜயன்! அடுத்த வரி என்ன என்று இரதி முணுமுணுத்துப் பார்த்தாள். "கனவில் நினையாத காலம் இடைவந்து பிரிந்த கதை சொல்லவா?"

அப்படிப் பிரிந்துபோவேனா நான்? அன்னையின் பாசம் இல்லை. அப்பா இருந்தும் பரிவு இல்லை. விஜயனின் நெஞ்சுள் கோழிக்குஞ்சாய் அடைந்து அத்தனை பரிவையும் தேடுகின்றேனே! நானா பிரிவேன்?

அப்பா கடூரமாக "இரதீ" என்று கூப்பிடுகிறார். சாந்தீ, வாசுகீ, ரேவதீ . . . யாரைக் கூப்பிட்டாலும் அந்தக் கடூரம், சிரித்த மாதிரி முகம் அப்பாவுக்கு இல்லை. முறைத்த முகம். மணியடித்து படலையடியில் கடக்கிற சைக்கிளைச் சந்தேகமாகப் பார்க்கிற முகம்.

"பிள்ளை" என்று அப்பா கூப்பிட்டதில்லை. "செல்லம்" என்று கொஞ்சினதில்லை. "குஞ்சு" என்று தலை தடவினதில்லை. "ராசாத்தி" என்று முதுகு தொட்டதில்லை. "அருமை மகள்" என்று அப்பா ஒருபோதும் நினைத்ததில்லை.

"என்ரை மாம்பழம்" என்று இனிக்க இனிக்க விஜயன் கொஞ்சி மாத்திரம் விட்டானா? "என்ரை தெய்வம்" என்று கால் தொட்டுத் தொழுகிறான்

4

இல்லை. அதற்குப் பிறகு இரதி வரவில்லை. அம்மா சொன்ன கதையைச் சொன்ன அன்று "போட்டு வாறன்" என்றுதான் சொன்னாள். கண்ணில் கலக்கம் இருந்தாலும் கள்ளம் இல்லை. வரமாட்டாள் என்பதற்கு ஏதுவாக எதுவும்

இருக்கவில்லை. எந்த அறிகுறியும் இல்லை. ஆனால் இரதி வரவில்லை.

எத்தனை முறை என்று தெரியாது. இரதியின் வீட்டைச் சுற்றிய ஒழுங்கையில் விஜயனின் சைக்கிள் சுழன்றது. படலை வர விஜயனின் சைக்கிள் மணி நாதம் இரதியை வாவா வென்று இழுத்தது. எந்த முகமும் தலைவாசலில் தலை நீட்டி எட்டிப் பார்த்ததில்லை. செத்தவீடு நடந்த பிறகு உள்ள அமைதியை அந்த வீடு காத்தது.

இனி இயலாது என்ற பிறகு "ஜெயந்தியக்கா" என்று பக்கத்து வீட்டுப் படலையை விஜயன் திறந்தான். விஜயன் முன்பு இருந்த அறையின் வீடு அது.

"என்ன விஜயன் கனகாலத்துக்குப் பிறகு" என்று சுந்தரண்ணை விஜயனின் முகம் பார்த்தார். மகிழுக்கும், மங்கைக்கும் விஜயன் ஒரு 'ரொபி' கூட வாங்கிச் செல்ல வில்லை. "சீ" என்று கையை உதறிக் கவலைப்பட்டான். சுந்தரண்ணை வெளியில் போகப் புறப்பட்டு "ஜெயந்தி, விஜயன் வந்திருக்கிறார்" என்று கத்தினார். ஜெயந்தியக்கா "ஆர் தம்பி விஜயனோ?" என்று வெளியில் வந்தா. "என்ன தாடிக் கோலம்?" என்றும் கேட்டா. விஜயன் "அது..." என்று சிரித்தான். சிரிப்பில் உயிர் இல்லை. 'எடுக்கவேணும்" என்றான். "ஏன் தம்பி ஏதும் பிரச்சினையோ?"

"இரண்டு கிழமையாச்சு. ரதியைக் காணமுடியேல்லை."

"என்ன தம்பி உங்கை வீட்டிலை தானே நிக்கிறாள்."

"கண்டனீங்களா? கடைசியா எப்ப கண்டனீங்கள்?"

"தெரியேல்லைத் தம்பி. சொல்லத் தெரியேல்லை. ஒரு மாதமிருக்கும். நாங்கள் அவையளின்ரை வீட்டை போறேல்லை. ரதியின்ரை அப்பாவைத் தெரியும்தானே உங்களுக்கு?"

"எனக்கொரு உதவி செய்வீங்களா?"

"சொல்லுங்கோ தம்பி என்ன செய்ய வேணும்?"

"இந்தக் கடிதத்தை ரதியிட்டை குடுப்பீங்களே?"

"தாங்கோ தம்பி குடுக்கிறன். எப்பிடிக் குடுப்பனோ தெரியெல்லை. முயற்சிக்கிறன்."

விஜயனுக்கு கண்ணீர் பொத்துக்கொண்டு வந்தது. "விஜயன் அழாதையுங்கோ... என்ன சின்னப்பிள்ளை மாதிரி... அழாதையுங்கோ."

விஜயன் அழுது முடியட்டும் என்று காத்து நின்றா ஜெயந்தியக்கா. பிறகு சொன்னா "பொம்பிளை விசயத்திலை மனசை வயிரமா வச்சிருங்கோ. நானும் பொம்பிளைதான். எண்டாலும் சொல்லுறன். ஒரு ஆம்பிளைக்குத்தான் பொம்பிளை முக்கியம். பொம்பிளைகளுக்கு ஆம்பிளைகள் பெரிசாத் தேவையில்லை. தாய் தேப்பன் சகோதரங்களோடை வாழ்ந்திட்டுப் போயிடும். பிறகு தன்ரை பிள்ளைகளோட வாழுங்கள். ஆம்பிளைகள்தான் அம்மாவின்ரை மடியிலை கிடந்ததை அப்பிடியே பொஞ்சாதியின்ரை மடியிலை மாத்துறது.

நான் உண்மையைத்தான் சொல்லுறன். விஜயன். ஆம்பிளைகள் தங்கன்ரை காதலிக்காக தாய் தேப்பன் சகோதங் களையும் விட்டிட்டு ஓடி வருவாங்கள். பொம்பிளைகள் அப்பிடியில்லை. வாழ்க்கைத் துணையைத் தேடுற விசயத் திலையும் ஆம்பிளைகள் அஞ்சு நிமிசத்தைத்தான் பாப்பினம். பொம்பிளைகள் ஐம்பது வருசத்தை யோசிப்பாளவை. சாகும் மட்டும் இவன் என்னைக் காப்பாத்துவானோ எண்டுதான் பாப்பாளவை.

விஜயன் உங்களுக்கு ஒரு விசயம் தெரியுமா? நானும் இவரும் உயிருக்குயிரா காதலிச்சம். ஆனால் இவருக்காக என்ரை அய்யா அம்மாவையளை ஏன், அண்ணையைக்கூட விட்டிட்டு வரவேணுமெண்டா நான் இவரோடை வந்திருக்க மாட்டன். எல்லாரும் சம்மதிச்சபடியாலை தான் கலியாணம் கட்டினம். இப்படிச் சொல்லுறன். ஆனால் எனக்கு இவ ரெண்டால் சரியான உயிர். இவர் களைச்சுப் போக விட மாட்டன். இவருக்கு ஏதும் வருத்தம் வந்தால் தாங்கமாட்டான். ஆனால் என்ரை அண்ணையிலை இருக்கிற அன்புகூட இவரிலை இல்லை. ஏனோ தெரியேல்லை. ஆனால் இவருக்கு தன்ரை தாய் தேப்பனிலும் பாக்க என்னிலைதான் அன்பு கூட. அது எனக்குத் தெரியும்.

விஜயன் நான் இவ்வளவுத்தையும் ஏன் சொல்லுறனெண் டால் நீங்கள் எல்லாத்ததையும் எதிர்பார்க்க வேணும். விஜயன் நீங்கள் ஒண்டுக்கும் யோசிக்காதையுங்கோ. நான் கடிதத்தை எப்பிடியும் குடுக்கப் பாக்கிறன்.

விஜயன் ஒரு அஞ்சுநிமிசம் நில்லுங்கோ. கறியை இறக் கிடுவன். சாப்பிட்டுப் போகலாம். ஒண்டும் சொல்ல வேண்டாம். சாப்பிடத்தான் வேணும். எனக்குத் தெரியுது. கொஞ்சநாளா நீங்கள் ஒழுங்காச் சாப்பிடேல்லை. இண்டைக்கு வெள்ளிக் கிழமை. மரக்கறிதான். பரவாயில்லை. கட்டாயம் சாப்பிட

வேணும். ஒரு அஞ்சு நிமிசம்... வாங்கோ குசினிக்கை. அப்பிடியே கதைச்சுக்கொண்டு கறியை இறக்கீடுவன்..."

சோளகம் கதறிக்கதறி வீசிற்று. அரசமர இலைகள் அத்தனையும் காற்றுக்குச் சரசரவென சிலிர்த்தன. வெய்யிலும் புழுக்கமும் வேர்வைக் கசகசப்பும் போக்க காற்று சேர்ட்டுக்குள் புகுந்தது.

பின்னேரத்திற்குப் புழுதி பறந்தது. விஜயன் புழுதிக்கிடையில் ஏக்கத்துடன் ஜெயந்தியக்கா வீடு போனான். கடிதம் கொடுக்க முடியாது போகிற அவலத்தைத்தான் ஜெயந்தியக்கா நெடுகலும் சொன்னா "ரதி வீட்டைதான் நிக்கிறாள்" என்று சொன்னா. "வாடிவதங்கிப்போய் இருக்கிறாள்."

ஜெயந்தியக்காவைக் கண்டவுடன் இரதியின் கண்களில் ஒளி ஊர்கிறது. உடன் அணைந்து விடுகிறது. முகம் மலர்கிறது. சற்றே உடன் வாடுகிறது. வாட்டமுற்று கறுத்த முகத்தில் அறிய ஏதும் இல்லை. இரதியின் அம்மா அவ்வளவாகக் கதைக்கிறாவில்லை. கடைக்கண் பார்வையில் கண்கொத்திப் பாம்பாய் நிற்கிறார். ஜெயந்தியக்கா வெளியே போனால் சரி, என்று.

எந்தக் கதைக்கும் "ம்ம்" என்று உப்புச்சப்பில்லாத பதில்கள் தருகிறார். மதிக்காத வீடாயிருக்கிறது. எப்படி வாசலை மிதிக்கிறது? என்றாலும் ஐந்தாறுதரம் மிதித்தாயிற்று. எதுவும் ஆகவில்லை. ஏலாமல் போகிறது. "அவ்வளவு போகாத நான் இப்ப என்னெண்டு அடிக்கடி போறது. வெக்கமா இருக்கு. அது பரவாயில்லை. அவையளுக்கு இப்ப ஐமிச்சம் வந்திட்டுது. ரேவதி, வாசுகி கூட வெளியிலை வாறாளவையில்லை. விஜயன் ஒண்டுக்கும் யோசிக்காதையுங்கோ. எல்லாம் நல்லதுக்குத்தான். அவள் கிடைச்சாலும் சந்தோசம். கிடைக்காட்டிலும் சந்தோசம். அப்பிடி இருங்கோ. தம்பி உங்கன்ரை வாழக்கையை நீங்கள் பாருங்கோ. வந்தால் ஏற்றுக்கொள்ளுங்கோ..." குரல் தளும்பிச் சொன்ன ஜெயந்தியக்காவின் கண் மல்கப் பார்த்தது. வெளித்தூசி விழுந்தாலும் என்று கண்ணைப் பொத்தினா.

'எனக்காக ஜெயந்தியக்கா தன்ரை மானத்தை விடுறா. வேண்டாம்.'

"ஜெயந்தியக்கா இனிக் கடிதத்தைக் குடுக்க முயற்சி செய்யாதையுங்கோ. விடுங்கோ. பாப்பம். விதி இருந்தால் சேர்த்து வைக்கும். நீங்கள் அந்தக் கடிதத்தைத் தாங்கோ. கிழிச்சுப் போடுவம். தாங்கோ."

விஜயனுக்கு புழுதி அப்பி கண் பொங்கிற்று. கரகரவென ஊற்றத் தொடங்கியது.

"நாங்கள் எதுவும் சொல்லலாம் விஜயன். உங்கன்ரை மனசின்ரை நோவை உங்களாலைதான் உணரமுடியும். கடிதத்தை நான் தரமாட்டன். எப்பிடியும் சேர்ப்பிக்ககப்பாக் கிறன். எதுக்கும் உங்கன்ரை வீட்டை ஒருக்காப் போய் அம்மா அப்பாவைப் பாத்திட்டு வாங்கோ. மனசு கொஞ்சம் ஆறுதலா இருக்கும்."

கடல்காற்றைக் கிழித்து பண்ணைப் பாலத்தில் ஓடித் திரிந்ததில் மினிபஸ் கறள் தட்டிப்போய்க் கிடந்தது. குபுகுபு வென பண்ணைக்காற்று பெருகிற்று. மினிபஸ்லில சனம் நிறைந்து வழிந்ததில் கடற்காற்றால் பொங்க முடியவில்லை.

"அம்மா" விஜயன் வீட்டினுள் புகுந்தான்.

மத்தியானம் ஆகிற கடல் வெக்கைக்கு வீடு குளிராக இருந்தது. "வா ராசா" என்று அம்மா வந்தா. "என்ன ராசா ஏதும் சுகமில்லையோ? நல்லா மெலிஞ்சு போனாய்?" அம்மா விஜயனின் நெஞ்சைத் தடவினா. நாடியைத் தடவினா. அம்மாவின் கை சொரசொரத்தது. 'என்ரை பிள்ளையா வரேல்லை' என்று அம்மா அக்கணத்தில் யோசித்தா. விஜயனுக்கு அழுகை வரப்பார்த்தது. அம்மா தேசிக்காய்த் தண்ணி கரைக்க உள்ளே போனா. பெருஞ்சமையலுக்கு ஆயத்தப்படுத்தவும் போனா.

நிலவெறித்துக் கிடந்தது. கடற்கரை மணலில் அய்யாவுடன் விஜயன் இருந்தான். பொழுதுபட வந்த இரண்டு போத்தல் கள்ளையும் அய்யா மணலிலை குத்தி வைத்தார். தும்பு செதுக்கின சிரட்டையில் கள்ளை நிரம்ப ஊற்றினார். தூக்க முடியாத மணலையும் தூக்கி வந்த சோளகம் அதை அய்யா வின் கள்ளுச் சிரட்டைக்குள் விசிறியது. 'ச்சாய்க்' என்று அய்யா மணல் அடையட்டும் என்று சிரட்டையை வைத்தார்.

"சொல்லு ராசா" என்றார் அய்யா.

கள்ளு ஒரு போத்தல் முடிந்தது. ஒரு சுருட்டும் புகைச் சுண்டு போயிற்று. கடற்கரை மணலில் பால் தெளித்த நிலவும் மேலேறியது. அலைகளும் "ஓமோம்" என்று கதை கேட்டு, வெப்பியாரத்தை வெளிக்காட்ட விரும்பாமல் கரையை விட்டு கடலுள் ஓடின.

இரண்டு போத்தலும் வயிற்றை நிறைத்தன. குறைச்சுருட் டாய் மூன்றாம் சுருட்டை எறிந்தார். "ஒண்டும் யோசிக்காதை.

நான் பாக்கிறன். போய் பொம்பிளை கேக்க வேணுமெண்டால் இப்ப இப்ப வெளிக்கிடு. அது தானே ஏலாதெண்டு சொல்லு றாய். அம்மாவுக்கு ஒண்டும் பறையாதை. அது பாவம். நீ மூத்தவன் எண்டு என்ன ஆசையா வளர்த்தவ. சரி அதை விடு. விடிய வெள்ளனவோடை ஏழாலைக்குப் போவம். அங்கை எனக்குத் தெரிஞ்ச சாத்திரியார் ஒராள் இருக்கிறார். காரிலை போவம். நீ ஒண்டுக்கும் யோசிக்காதை. அதெல்லாம் வெல்லுவம். எல்லாம் சரிவரும். வா வீட்டை. வடிவாச் சாப்பிடு. நல்லா நித்திரை கொள். ஒண்டைப் பத்தியும் யோசியாதை. நான் இருக்கிறன் எல்லோ? நான் என்னத்துக்கு இருக்கிறன்?. எல்லாம் வெல்லலாம். ஒண்டு சொல்லுறன் அப்பன், பொம்பிளைகளை நம்பாதை . . ."

அம்மாவின் கையால் இராச்சாப்பாடு வயிறு நிறைந்தது. ஆனால் கடற்காற்று 'சோ'வென்று வீசிய இரைச்சலுக்குள் நித்திரைதான் ஆக இயலவில்லை. கண் அயர்கிற மாதிரி இல்லை. மனசு மறுகி மறுகிக் கிடந்தது. கட்டிலில் வீழ்ந்து கிடக்கிற நிலாத்துண்டு தேய்வதுமாக இருந்தது.

விஜயன் எழுந்து போய் கடற்கரையில் நடை போட்டான். தோற்றுப்போன நிலவு விஜயன் கூடவே வந்தது. ஆயினும் கடலில் பாலைப்பரவி விட்டது. நெஞ்சை விறாண்டி எடுத்த துக்கத்தில் விஜயன் சரிந்து போனான். மூக்குத்தி மின்னுகிற செந்தளித்த முகம், அதில் பரவின சிரிப்பு இனி எனக்கு இல்லை.

அது வேறொருத்தனுக்கு. அந்தக் கைகளை இனி இன்னொருவன் தன் கைகளுள் பொத்தி வைத்திருக்கப்போகிறான். கன்னம் கொழுத்த சிரிப்பு இனி இன்னொருவனுக்கு. குளம் கட்டி நின்ற கண்களின் காதல் மீதூரப் பெற்ற பார்வையைப் பிறிதொரு ஆண் பெறப்போகிறான். இனி எது ஒன்றும் எனக்கு இல்லை. அப்படித்தானா?

இரதி எனக்குக் கிடையாளா?

இனி அவளை நான் காணவே மாட்டேனா?

'ஆண்டவரே அவளை எனக்காய் ஆக்கி விடு'

கடல் அலை மடிந்து இவன் துக்கத்தை இழுத்துச் சென்றது. நிலவு இவன் நெற்றிப் பொட்டில் கூராய் நகத்தை இறக்கியது.

அய்யா ஒன்றும் பறையவில்லை. தான் மகனை விட்டிட்டு வருகிறேன் என்று அய்யா கார் ஏறிப் புறப்பட்டார். "வரச்

சுணங்கும் பட்டணத்திலை கொஞ்சம் வேலையிருக்கு" என்று அம்மாவுக்குச் சொன்னார்.

கடல் பார்த்துப் பண்ணைப் பாலம் கடந்தது. பெரிய கடைகள், சந்தைக் கட்டிடம் கழிந்தன. வீதி நீளத்துக்கு இரண்டு பக்கமும் வீடுகள் போயின. தோட்ட வெளி மிதந்தது. ஒரு குளக்கட்டுத் தெரிந்தது. அதையொட்டி தலைவிரித்துக் கிடந்த ஆலமரம். அப்பால் வயல்வெளி. அது முடிந்த ஒழுங்கை யில் கார் உள்ளே இறங்கிற்று.

திரிபுண்டரக் குறியின் நடுவில் சந்தனப்பொட்டு அதன் நடுவில் குங்குமப் பொட்டு. தலைக்கு மேல் காளியினதும் நாகதம்பிரானினதும் படங்கள். சாத்திரியார் சப்பாணி கட்டி சகலதுமான கதைகளை 'ம்ம்' கொட்டிக் கேட்டுக் கொண் டிருந்தார்.

சொன்னார். "வாற வெள்ளிக்கிழமை பூசையிலை தகடை வைச்சு பூசை செய்திட்டுத் தாறன். அதைக் கொண்டு போய் நான் சொன்ன மாதிரிச் செய்யுங்கோ" என்றார். பிறகும் சொன்னார்:

"தம்பி அழாதை. ஒண்டுக்கும் யோசியாதையுங்கோ. எல்லாம் சரிவரும். காளி இருக்கிறாள். அவளுக்கு எல்லாம் விளங்கும். எல்லாரையும் தெரியும். அது தானே பாரதியார் பாடினார் 'யாதுமாகி நின்றாய் காளி' என்று. தன்ரை மோன் அழ அவள் பாத்துக்கொண்டு நிக்கமாட்டாள். நான் உங்களுக் குத் தாறது லேசான தகடில்லை. நான் சொன்னதைச் செய்யுங்கோ. ஒரு மாசம் அவகாசம் தாறன். அவள் உன்ரை காலடிக்கு வருவாள். அதுக்குப் பிறகு இந்தக் காளிச் சித்தர் எப்படியான ஆள் எண்டதை யோசியுங்கோவன்."

'என்ரை ராசாத்தி' என்று விஜயன் மனதுள் அரற்றினான்

(பெருங்கதை முற்றிற்று. இனி இரண்டு உபகதைகள் சொல்லத் தொடங்குவேன்)

உபகதை ஒன்று

விஜயன் அறை தேடி வந்தான். அது சோளகம் புழுதியை கண்ணுக்குள் அப்பும்படி எறிகிற பின்னேரம். கூர்ந்து கவனிக்கத் தேவையில்லை. வெய்யில் கிரணங்களின் கீற்றில் புழுதித் தூசி படைபடையாகப் பறப்பதைக் காணலாம்.

விஜயன் இப்போது ஒரு மாதத்துக்கும் மேலாக வாடிப் போய் இருப்பதை நான் அறிவேன். வெறும் வாட்டம் அல்ல

அ. இரவி

அது. வதங்கல். ஒழுங்கான குளிப்பு, முழுக்கு அவனுக்கு இல்லை. முகத்தில் தாடி முளைத்திருக்கிறது என்பதையும் நான் சொல்லக்கூடாது.

வந்த நேரத்தில் 'போ' என்று அவனைக் கிணற்றடிக்குத் துரத்தினேன். முட்டைஷாம்புவையும் கோம்பாசவுக்காரத்தை யும் கொடுத்து "வடிவாத் தோய்ஞ்சிட்டு வா" என்றேன்.

ஷாம்புவைத் தலையில் நுரைபடத் தேய்த்த பிறகு அவன் கையை எனக்கு விரித்துக் காட்டினான். கை நுரையில் ஐந்தாறு பேன் மயங்கிக் கிடந்தது. அவன் தலையைத் துடைத்த பிறகு துவாயிலும் பத்துவரை பேன். துவாயை நல்லா உதறி வெய்யிலில் காயவைத்து பிறகு நான் பாவித்தேன்.

விஜயன் அப்படிக் கிழமைக்கு ஒரு தரமாகிலும் வந்தான். தோய்ந்து விட்டும் பிறகு அபிராமி விலாசில் ஏதேனும் சாப்பிட்டு விட்டும் தனது அறைக்குப் போனான்.

அவ்வேளைகளில் அவன் அத்தனை கதைகளையும் எனக்குச் சொல்லிவிட்டான். சொல்லிவிட்டு அறையில் என் பாயை தலைகணியை மூலையில் விரித்து முகம் குப்புறக் குலுங்கிக் குலுங்கிக் கிடந்தான். என் ஆறுதல் வார்த்தைகள் எதுவும் அவனைத் தொட்டதில்லை.

"மைச்சான், நீ எனக்கு ஒரு உதவி செய்ய வேணும்" என்றான். "கட்டாயம் நீ செய்ய வேணும்" என்றுவிட்டான்.

செய்ய வேண்டும். அவனுக்கு இருக்கிற ஒரேயொரு நண்பன் நான். ஒரே அறையில் இருந்து நானும் அவனும் ஏ.எல் படித்தோம்.

படித்தோம் என்று அதனைச் சொல்லக்கூடாது. நான் படித்தேன். விஜயனைத் தேடி இரதி வந்தாள். நான் காணாமல் போனேன். பொது நூலகத்துக்கு அவ்வேளைகளில் சென்று படித்தேன். அது பூட்டுகிற நேரம் அல்லது அலுப்புத் தட்டுகிற நேரம் தியேட்டருக்குப் போய்ப் படம்பார்த்தேன். அல்லது விந்தனின் அறைக்குப் போய் கூட்டுப் படிப்புப் படித்தேன். இரவு ஒன்பது மணிக்கு வந்தால் விஜயனின் முகம் பூரித்துப் போய்க் கிடக்கக் கண்டேன்.

இந்த முறையும் மெடிக்கல் அனுப்பப் போவதாகச் சொன்னான். ஆக, பரீட்சை எடுக்கப் போவதாக இல்லை "மெடிக்கல் அனுப்ப வெளிக்கிடுற எவையும் ஒருக்காலும் பாஸ் பண்ணப் போறதா இல்லை" என்றேன்.

“பார் அடுத்த முறை எப்படிக் கலக்கிறன்” என்றான் விஜயன்.

“அடுத்த முறை கையிலை பிள்ளையையும் வைச்சுக் கொண்டு என்ன குழம்பையே கலக்கப் போறாய்?” என்றேன்.

விஜயன் ‘ஹஹ்ஹஹா . . .’ என்று அறையின் சுவர் உடைந்து விடுமளவு சிரித்தான். அது அவனுக்கு மிக்க மகிழ்வைத் தந்தது. புது யோசனையும் தொற்றியிருக்கும். படிப்பை விட்டிட்டு இரதியைக் கலியாணம் கட்டினால் என்ன ?

இரதியின் செந்தளித்த முகத்தைப் பார்க்கிற எனக்கு அது மெத்தச் சரியாகத்தான் பட்டது. இரதி அழகி அல்ல: பேரழகி. குணம் நல்ல குணமல்ல: தங்கம்

விஜயனின் அய்யா கடலில் இருந்து மீன்களை வாரிக் குவித்த காசில் அவனைப் பேண முடிந்தது. எனது அப்பாவின் வாத்தியார் உத்தியோகத்திற்கு நான் அப்பாவின் முதுகில் கனகாலம் ஏறி நின்று விடமுடியாது. விஜயனுடன் அறையில் ஒன்றாய் இருந்த ஒரு வருடத்தில் பல்கலைக்கழகம் புக என்னால் முடிந்தது.

அதனால் என்ன? விஜயன் கிழமைக்கு ஒரு முறையாவது என் அறைக்கு வந்து போனான். மாதத்திற்கு ஒரு முறையாவது முதலாம் குறுக்குத் தெருவின் றெஸ்ற்றோரண்டிற்குக் கூட்டிச் சென்றான். பியருக்கு சப்ப மீன் பொரியல் வாங்கித் தந்தான். இறைச்சித் துண்டங்கள் இருந்தனதான் பிறைற்றைசுக்கு. ஆனால் இறைச்சிக் கறியும் இரண்டு டிஷ்ஷில் வாங்கினான். மேலும் யாவற்றிலும் பார்க்க ருசித்தது அவன் சொன்ன இரதியின் கதைகள்.

அப்படி நான் கதை கேட்பதற்கு எனக்கு பிறகு நேரம் இல்லாமல் போய்விட்டது. 1983 யூலை சோளகத்தின் இறுதிக் கூற்றில் ஆயிரக் கணக்கான எனது மக்கள் கொல்லப்பட்டனர். இப்பொழுதோவென்றால் எனக்கு வேறு வேலைகள் நிறையத் தொடங்கின. விஜயனுடன் பியர் குடிக்கவும் கதை பறையவும் எனக்கு அவகாசம் வாய்க்கவில்லை. பொழுதுபட்ட நேரங்களில் பனந்தோப்புக்களுக்குள்ளேயோ, வாழைத் தோட்டங்களுக்குள்ளேயோ, வயல் வெளிகளுக்குள்ளேயோ வேறு வேலைகள் இருந்தன. சாமப் பொழுதுகளில் பசைகாய்ச்சி சுவரொட்டி ஒட்டிக்கொண்டு திரிந்தோரில் நானும் ஒருவனாக இருந்தேன்.

இந்தச் சாமப்பொழுதுக்கு ஓர் உதவி வேண்டும் என்று விஜயன் என்னைக் கேட்டு வந்தான். "மச்சான் உனக்கு நம்பிக்கை இல்லையெண்டு எனக்குத் தெரியும். எனக்காகச் செய். எனக்கு நல்ல நம்பிக்கை இருக்கு. இதுதான்ரா கடைசி. இதையும் ஒருக்காச் செய்து பாக்கிறன். இருந்து பார். இதோடை இரதி என்னட்டை வருவாள். அவள் என்னை விட்டிட்டு எங்கை போறது? அவளாலை போக ஏலாது. சரியான கவலை. மந்திரம் போட்டு அவளை மடக்க வேண்டிக் கிடக்கு. அவளும் என்ன செய்யிறது? பாவம் தானே? தேப்பனும் இராச்சசனா நிக்கேக்கை அவளாலை என்ன செய்ய முடியும்? என்னை ஒருத்தனைப் பாக்கிறதோ, தாய் தேப்பன் சகோதரங்கள் எண்டு நாலுபேரைப் பாக்கிறதோ? அவள்தான் பாவம். எனக்கு அவள் கிடைக்கேல்லையே எண்டு ஒரு கவலை. அவளுக்கு எத்தினை கவலை.

சரி இண்டையோடை எல்லாம் முடிஞ்சுது. அதுக்குத்தான உன்ரை உதவியைக் கேக்கிறன். மாட்டனெண்டு சொல்லிப் போடாதை. நானும் கேக்க வேறை ஆர் இருக்கினம்? உனக்கு நம்பிக்கை இல்லாட்டிலும் எனக்காக இந்த உதவியை மாத்திரம் செய்துவிடு."

"நான் செய்யிறன்ரா. என்ன விசயமெண்டு சொல்லன்"

சொன்னான்.

விஜயன் தோய்ந்து இருந்தான். அன்றைக்கு உபவாசம். மனதும் உடலும் புனிதமாக அதைச் செய்ய வேண்டும். ஏழுமலை தாண்டி சிங்கம், புலி, யானை வசிக்கிற காட்டுக்குள் போய், சர்வ வல்லமை படைத்த முனிவரே புகமுடியாத பாதாள குகைக்குள் போய், முதலை, திமிங்கிலம் சீவிக்கிற அகழியில் நீந்திச் சென்று, குளத்தின் நடுவே பூத்திருக்கிற ஒரு பூவை இரதிக்காகப் பறித்து வர சித்தமாயிருக்கிறான் விஜயன். இது ஒரு காரியமல்ல.

ஒரு 'சோமசெற்' காரில் இரதியைக் கடத்திக்கொண்டு வரலாம். வந்தால் இரதி நிம்மதியாக இருப்பாளா? அவமானத் தால் அந்தக் குடும்பமே அழிந்து போகாதா?

மனது மாற வேண்டும். பட்டுவேட்டி கட்டி இரதியின் அப்பாவும், பட்டுச்சீலை கட்டி இரதியின் அம்மாவும் இரதி யின் கை பிடித்து இவனிடம் "உன் கையில் என்பிள்ளை உனக்கே அடைக்கலம்" என்று ஒப்படைக்க வேண்டும். இரதி யின் தங்கைமார் அத்தானினதும் அக்காவினதும் சோடிப் பொருத்தம் கண்டு பூரிக்க வேண்டும். இரதி நாணப்பட

வேண்டும். விஜயன் மகிழ வேண்டும். அவர்கள் மனது மாற வேண்டும். அதற்கு வழி?

காளி உபாசனை பெற்ற தகடை இரதியின் வளவினுள் தாக்க வேண்டும். மிக வல்லமை வாய்ந்த மந்திரம் அந்தச் செப்புத் தகட்டில் எழுதப்பட்டும் ஓதப்பட்டும் இருக்கிறது. ஒரு முழுநாளின் பிறகு அது தன் வீரியத்தை இழந்துவிடும். அதற்கிடையில் தாக்கப்பட்டு விடவேண்டும். அது பகல், அல்லது சாமம் பன்னிரண்டு மணியாக இருப்பது கட்டாயம்.

மந்திரித்த இச்செப்புத் தகட்டிற்கான செலவு சில ஆயிரத்தைத் தாண்டியது. அதனாலென்ன? காசு முக்கியமா? இரதியுடனான வாழ்வு முக்கியமா? இச்செலவுக்கான காசை கடல் அள்ளி வழங்கக் காத்திருக்கிறது. இயற்கையின் அழகிய நற்குணம் வாய்ந்த புத்திரியான இரதி இன்னும் ஒரு மாதத் திற்குள் விஜயனுக்கு திருமதி ஆகப் போகிறாள். அதற்குக் கடல் விஜயனின் தந்தைக்கு அள்ளிக் கொடுக்கப் போகிறது. அதற்கு யாரினால் கணக்குக் கேட்க இயலும்?

அந்த இரவு பதினொன்றரை மணிக்கு ட்ரக்குகளும், ஜீப்புகளும் ஒரு ‘ஆமட்’ காரும் தடதடத்துக் கொண்டு சென்றன. எதிர்ப்பட்டால் முகம் சிதையும். உடல் சிதறும். ஊளையிட்ட நாய்களுக்கு ஒரு பதில் சொல்லி ஒழுங்கைகளி னூடாக விஜயனை வைத்து சைக்கிள் உழக்கினேன். அவனிட மிருந்து இதுவரை அறியாத ஒரு மணம் வந்தது. பன்னிரண்டு மணியாக எட்டு நிமிசம் இருக்க வந்தாயிற்று.

இரதி வீட்டு ஒழுங்கையில் ஒரு நெருப்புத்தணல் பொட்டாக வந்துகொண்டிருந்தது. இன்னும் நாலு உழக்கு உழக்கி சைக்கிளைத் திருப்பினேன். மதிலின் மேலால் துலா உயர்ந்து தெரிந்த இடத்தில் சைக்கிளை நிறுத்தினேன். கிடங்கு கிண்ட ஒரு கத்தி, மஞ்சள் பட்டுத்துணியால் மூடப்பட்ட செப்புத்தகடு விஜயனின் கைகளில் இருந்தன. சைக்கிளில் ஏறி மதிலில் தொங்கினான். ஏதும் சரசரப்பு காட்டாமல் பூ விழுவது போல் வளவினுள்ளே விழுந்தான.

ஐந்து நிமிடம்கூட அல்ல. மதில் ஏறியது கறுத்த உருவம். மெல்ல சைக்கிளில் கால் வைத்து இறங்கினான். “அப்பாடா” என்றான். “வா மைச்சான்” என்று குசுகுசுத்தான். ஒன்றிரண்டு நாய்களையும் குரைக்க வைக்காமல், ஒழுங்கைக் குறுணிக் கற்களில் சில்லுச் சத்தம் எழும்ப விடாமல் மிருதுவாகச் சைக்கிளை ஓடினேன்.

"உனக்கு எப்பிடி நன்றி சொல்றது எண்டு தெரியேல்லை யெடாப்பா" என்று கையைப் பிடித்தான். "மைச்சான் எல்லாப் பிரச்சினையும் முடிஞ்சுது. இனித்தான் எனக்கு நிம்மதி" என்றான். "என்ரை கலியாணத்துக்கு சாட்சிக் கையெழுத்து நீதான் போடப் போறாய்" என்றான். அவன் சொல்லட்டும் என்று விட்டு சைக்கிள் உழக்கிக்கொண்டிருந்தேன்.

"சரியெடாப்பா. பார் இருந்து ஒரு கிழமைக்குள்ள இரதி என்னட்டை வருவாள். என்னட்டை வராமல் அவள் எங்கை போறது? என்ரை மாம்பழமெடா அவள்."

விஜயனின் அறை வந்தது. "நான் வெளிக்கிடுறன்ரா. விடிய எழுப்ப வேணும். கனக்க வேலை கிடக்கு" என்று சைக்கிளை நிறுத்திச் சொன்னேன்.

"இண்டைக்குத்தான் நிம்மதியா நித்திரை கொள்ளப் போறன்" என்றான் விஜயன்.

"நீ ஒண்டுக்கும் யோசியாதை. எல்லாம் சரியா நடக்கும். நீ நம்புற கடவுள் உன்னைக் கைவிடார்" என்று அவன் முதுகைத் தடவினேன்.

முதுகு சின்னதா குலுங்கிச்சு. மெல்லிய கேவல் சத்தம். இருட்டில் இவைதான் நான் அறிந்தன. "ரதியை விட்டிட்டு என்னாலை வாழவே ஏலாது" என்று இடறிச் சொன்னான்.

"எல்லாம் சரிதானேடா. போய்ப்படு" என்றேன்.

"ஓமடாப்பா. நீ வெளிக்கிடு நான் போய்ப் படுக்கிறன். இரதி வந்திட்டாள் எண்டாப் பிறகுதான் நான் உன்னட்டை வருவன். அது ஒரு கிழமையிலை வருவன். நீ வெளிக்கிடு" என்றான் விஜயன்.

சைக்கிள் உழக்கியபோது "அழுவதேனடா உறங்கி அமைதி காணெடா" என்ற பாட்டை என் வாய் முணுமுணுத்தது. அறையில் நான் நித்திரையாகும் வரைக்கும் அந்த முணு முணுப்பு நிற்கவேயில்லை.

உபகதை இரண்டு

விஜயனை இருட்டில் தனிய விட்டு நான் வந்த மூன்று மாதங்கள் இருக்கலாம். விஜயன் இருந்த அறைப் பக்கம் என் சைக்கிள் ஊர்ந்த போது எட்டிப் பார்த்தேன். மூன்று மாதத்திற்குள் ஆகக் குறைந்தது பத்துத் தடவையாவது நான் அவனைப் போய்ப் பார்த்திருக்கலாம். எனக்கு இருந்த அரசியல் வேலை மூன்று மாதத்திற்கும் வேறு இடத்திற்குத்

துரத்திவிட்டது. விஜயன் அங்கு இல்லை. அறையை விட்டுப் போய் இரண்டு மாதமாகிவிட்டது என்றாள் வீட்டுக்காரி. எங்கு போயிருப்பான் என்று சொல்ல அவாவுக்கு ஏதும் தெரியவில்லை. சிங்கள இராணுவத்தைக் கடந்து பண்ணைப் பாலத்தைக் கடந்து பிறகும் சிங்கள இராணுவத்தைக் கடந்து அவன் வீட்டை போய்ப் பார்கக் என் அரசியல் எனக்கு இடம் தரவில்லை.

ஆறு வருடங்களுக்குப் பிறகு எனக்கு ஒரு ஆச்சரியம் காத்துக் கிடந்தது. ஆறு வருடங்களில் எத்தனை மாற்றங்கள் நிகழ்ந்திருக்க முடியும்? அத்தனை மாற்றங்களும் எனக்கு நிகழ்ந்தன. என்னிடமும் மாற்றங்கள் நிகழ்ந்தன. தாடி இல்லாத முகம் இப்போது எனக்கு வேண்டி இருந்தது. கத்தையாக மீசை. சேர்ட்டை லோங்சிற்குள் விட்டு, 'இவன் ஒழுக்க மானவன்' என்று சொல்லிப் போய்வர வேண்டிய வேலை. மோட்டார் சைக்கிள் வாங்க முடியாத சம்பளம். வேலை செய்துவிட்டு வேர்க்க வேர்க்க சைக்கிளில் வீடு வந்தேன். வருவதற்கிடையில் கட்டிக்கொண்டு போன மத்தியானச் சாப்பாடு செமித்துவிடுகிறது.

பின்னேர வெய்யிலில் களைத்து விழுந்து வீட்டை வந்த எனக்கு விறாந்தைக் கதிரையில் இருந்து விஜயன் ஆச்சரியம் தந்தான். "மெய்யே தம்பி" என்று அம்மா விஜயனுடன் கதைத்துக்கொண்டிருந்தா. "என்னடாப்பா?" என்று என் எல்லா ஆச்சரியங்களையும் விஜயனிடம் கொட்டினேன். விஜயனின் அருகில் போய் அவன் கைகளைப் பற்றினேன். "என்னடாப்பா?" என்று திரும்பச் சொல்லித் தோளை அழுத்தி னேன். என்னைக் காண முடியாமல் இலண்டன் போனது தான் தன் பெரும் துயர் என்று சொன்னான். "மைச்சான் அஞ்சாறு தரம் உன்ரை அறைக்கு வந்தன்ரா. நீ இல்லை."

கலியாணம் கட்ட வந்திருப்பதாகச் சொல்லி திடுமென அழைப்பிதழ் தந்தான். மணமகன் விஜயரட்ணம் என்றிருந்தது. மணமகள் இரதி என்றிருக்கவில்லை: சுமதி!

"நல்லாக் கறுத்துப் போனாய்" என்று சொன்னான். சொக்கு மினுங்க மீசை இல்லாது இன்னும் அழகனாய் இருந்தான் விஜயன்.

"பேந்து எப்பிடியெடாப்பா?" என்றேன்.

"பழைய கதைகளை என்னத்துக்கு? விடு" என்றான். கண் ஒருக்கால் கசியப் பார்த்தது.

“நீ கட்டாயம் வரவேணும். உன்னைத் தேடாத இடமில்லை. நீ முந்திச் சொன்ன குறிப்பை ஞாபகம் வைச்சு இஞ்சை வந்திட்டன். நல்ல காலம் உன்னைக் கண்டு பிடிச்சிட்டன். மைச்சான் நீ என்ரை கலியாணத்திலை இருக்க வேணும்.” என்றான்.

இலண்டன் சென்று வந்ததற்கான வார்த்தைப் பிரயோகங்கள் எதுவும் அவனிடம் இல்லை. மினுமினுத்த உடலிலும், குழி விழுந்த கன்னத்திலும் தான் அது தெரிந்தது. என் மேனி இதுவரை அணிந்திருக்க முடியாத அபூர்வமான சேர்ட்டை எனக்குத் தந்தான். கறுத்துப்போன என் கைகளுக்கு அவன் தந்த மணிக்கூடு. பொருந்தவேயில்லை. என்றாலும், அவன் கலியாணத்தன்று இரண்டையும் அணிவதாக மனதுள் சொல்லிக்கொண்டேன்.

வேலை முடிந்து வந்த பின்னேரம் விஜயனின் வீட்டிற்குப் புறப்பட்டேன். விடிந்தால் கலியாணம். இரவிரவாக அவனுடன் கதைக்க நிறைய இருந்தது. விடிய, கோயிலில் தாலி கட்டு. பார்த்து, பிறகு வெளிக்கிட வேண்டியதுதான். முதல்நாள் பின்னேரமே வா என்று விஜயன் கட்டளையிட்டிருந்தான்.

ஒன்றை மனதுள் நோந்தேன். இரதியிலும் பார்க்க சுமதி அழகாக இருக்க வேண்டும். மேலும் அதிக அன்பு பாராட்டுபவளாகவும்.

இப்போது பண்ணைப் பாலத்தில் கடக்க வேண்டிய ஆமி சிங்கள ஆமி இல்லை: இந்தியன் ஆமி. வனஸ்பதி எண்ணெய் மணம் பண்ணைப் பாலத்திலும் ஊர்ந்தது. ஊரெங்கும் மாத்திரமல்ல: கடலெங்கும் கூட அது மணந்து கொண்டிருக்கிறது. குபு குபுவென கடற்காற்று நெஞ்சைத் தடவ அது சுகமான பயணம் அல்ல.

விஜயனின் வீடு வர முன்னர் பஸ் ஹோல்ற்றில் இறங்கினேன். என் நடையில் அது கொஞ்சத் தூரம்தான். வீதியின் இரண்டு பக்கமும் தோரணம் கட்டியிருந்தது. செத்தவீடு என்றால் தான் தோரணம். சரிதான், கடல் கடந்த இந்தத் தீவினில், கலியாண வீட்டிலும் தோரணம் கட்டுகிறார்கள். அப்படி நினைந்து நான் அடங்குவதற்கிடையில், பலர் கூடி அழும் சத்தம் கேட்டது. நான் வலு வேகமாகக் கிட்டக் கிட்டப் போனேன். ஓம் அந்த அழுகைச் சத்தம் விஜயனின் வீட்டிலிருந்துதான் கேட்கிறது.

"வா மைச்சான்" என்று விஜயன் சொல்லவில்லை. விஜயனின் முகம் கறுத்துப் போய் கண் கலங்கிப்போய் கிடந்தது. தகரக் கதிரை கிறீச்சிட மணலுக்குள் இழுத்துப் போட்டான். "அய்யாவைச் சுட்டுப் போட்டாங்கள்".

"என்னடா, என்ன நடந்தது?"

"அய்யா புலிகளுக்கு உதவி செய்யிறார் எண்டு இந்தியனாமியோடை நிண்டவங்கள், இண்டைக்கு மத்தியானம் அய்யாவை இழுத்துக்கொண்டு போய் வாசலிலை வைச்சு ..."

(2005)

(பரபரப்பு, 2007)

அ. இரவி

எழுந்த ஞாயிறு விழுந்ததன் பின்

யூலை 13ம் நாள் வெள்ளிக்கிழமை

காலை:

முக்கிக் கொண்டிருந்தேன். இரண்டு மாதமாக காலையில் அதைச் செய்கிறேன். முன்னரெல்லாம் "களுக்" என்று வழுக்கி மலக்குழிக்குள் விழுகிறது. அப்படி விழுந்ததில் மலக்குழியின் தண்ணீர் கூடத் தெறித்தது. சில நாட்களில் முறுக்கு பிழிந்தது போலச் சீராக இறங்கியதும் உண்டு.

முதல் நாள் ஒரு பழம் தின்றிருக்க வேண்டும். இந்த முக்கல் வந்திராது. அப்பிள், வாழை, முந்திரிகை என்று ஏதாவது ஒரு பழத்தையோ, மூன்றையுமோ எப்படியோ நான் தின்றேன். இப்போது ஒரு பழமாவது தின்கிற மாதிரிக் கிடைக்கவில்லை. மாங்காய் மாதிரி இருந்த பச்சை அப்பிள்காய் ஒன்றினை நான் வாங்கி வந்தேன். "உது கறிக்குப் போடுற அப்பிள் எல்லோ" என்று சுமதி சொன்னாள். அது உண்மை தானென்று துண்டை வெட்டித் தின்றபோது தெரிந்தது. பச்சைப்புளி!

நான் ஒன்று செய்தேன். மிளகு, உப்பு சேர்த்து அந்த அப்பிளைத் தொட்டுத் தொட்டுத் தின்றேன். "பிள்ளைகள் இதை ஒருக்காத் திண்டு பாருங்கோ. சோக்கா இருக்கு" என்று பிள்ளைகளை அழைத்தேன். பிள்ளைகளும் பழம் ஏதும் தின்று மிக நாளாகிவிட்டது.

என் காரில் சிவாண்ணை வேலைக்கு வருகிற நாட்களில் கிழமைக்கு ஒரு நாளாவது வாழைப்பழம் தருவார். ஆனால் அப்போது அப்படித் தேவைகூட இருக்கவில்லை. நானும் ஒவ்வொரு நாளும் பின்னேரத்

தேத்தண்ணிக்கு ஏதோ ஒரு பழம் உண்டேன். ஒவ்வொரு நாளும் காலையில் "களுக்" என்று போவது அப்போது ஆசையாகக்கூட இருந்தது.

சிவாண்ணை கார் வாங்கி விட்டார். அது மிகப் புதுக்கார். என்னுடைய பழைய கார் அவருக்கு மிக அலுப்பூட்டியிருக்கிறது. "எப்ப வேலைக்குப் போக ஏலாமல் நடுரோட்டிலை நிக்கப் போறமோ தெரியேல்லை" என்று அடிக்கடி எனக்குச் சொன்னார். ஆனால் எனக்குச் சொல்ல ஏலாததை மற்றவர்களுக்குச் சொன்னார். "காருக்குள்ளை ஒரே மச்சம் மனக்குது" எப்படியோ சிவாண்ணை மாதாமாதம் தருகிற நாற்பது பவுண்ட் இல்லாமல் போயிற்று.

வாசல் மணி "டிங்டொங்" என்றது. அப்போது என் குளியல் முடிந்திருந்தது. கன்னத்தில் நரைத்த மயிர். சவரம் செய்ய வேண்டிய முகம்.

உருளையில் உருண்டு தட்டு நிறையச் சாமான்கள் வருகின்றன. வந்த சாமான்கள் சரியோ எனப் பார்த்து, பெட்டியில் கட்டி அதே உருளையில் வைத்து அனுப்புகிறேன். இதை நாங்கள் இருபதுபேர் செய்கிறோம். அந்த வேலைக்கு முகச் சவரம் வேண்டுமா?

திரும்ப "டிங்டொங்" என்றது வாசல் மணி. துவாயைக் கட்டிக் கொண்டு கதவைத் திறந்தேன். மாதவனண்ணையின் மனைவி. நிச்சயமாக சுமதியை வருத்தம் பார்க்க வரவில்லை. நான் வேலையென்று போய் ஒளிப்பதற்கிடையில் கையும் மெய்யுமாய் பிடிக்க வந்திருக்கிறார். அவரின் முகம் விறைத்துப் போய் இருக்கிறது.

"எப்பண்ணை தரப்போறியள்? பன்ரண்டு நாளாச்சுது. எங்களுக்கு பாங்காலை எவ்வளவு பிரச்சினை வரும் தெரியுமே? கிரெடிற் ஸ்கோர் ஏறப்போகுது. எங்களுக்கு உடனை காசாத் தாங்கோ. செக் வேண்டாம். அது மாறி வர அஞ்சாறு நாள் செல்லும். அதுக்கிடையிலை பைன் வந்திடும்..."

குளித்த உடம்புக்கு துவாய் கட்டி கூனிக் குறுகி நின்றேன். மாதவனண்ணை வந்திருக்கலாம். இப்பிடிச் கூனிக் குறுகியிருக்கத் தேவையில்லை. அல்லது சுமதி அவரை எதிர்ப்பட்டிருக்கலாம். விதி விடவில்லை.

முதலாம் திகதி வாடகைப்பணம் போய்விட வேண்டும் என்று எந்த ஒப்பந்தத்திலும் எழுதவில்லை. "தெரியும் தானே? மோற்கேஜ் கட்ட வேண்டும். ஒரு நாள் பிந்தினாலும் 'பைன்'. முப்பத்தொராம் திகதி இரவே வாடகையைத் தந்திட்டால்

ஒரு சோலி இல்லை" மாதவனண்ணை சொன்ன எழுதப்
படாத விதி!

அது அப்போது நடந்தது. சுமதி வேலைக்குப்போன
நாட்களில் காசோலையைக் கிழித்துக் கொடுப்பாள். வங்கியில்
பணம் இருக்கிறது; அல்லது இல்லை. காசோலை மாற
ஐந்து நாட்கள் ஆகும். அதற்கிடையில் பணத்தை எங்கேனும்
புரட்டி வங்கிக் கணக்கில் செலுத்தி விடலாம். சுளுவாகக்
காசோலை காசாகும்.

வாடகைப் பணம் கேட்க மாதவனண்ணை மூன்று முறை
வந்தார். அவருக்கு மறுமொழி சொல்ல சுமதியால் இயல
வில்லை. கட்டிலை விட்டு எழுந்து வர ஏலாது அவர் வந்த
மூன்று முறையும் நான் முகம் கொடுத்தேன். "இன்டைக்கு
காசு கையிலை வந்திடும் நானே கொண்டந்து தாறன்."

அதே வாக்கியத்தை மூன்று முறையும் சொல்ல முடியுமா?
ஒரு முறை வசனத்தை மாற்றினேன். "உங்கன்ரை எக்கவுண்ட்
நம்பரைத் தாங்கோ. காசு கையிலை வர நானே பாங்க்
பண்ணி விடுறன்" மாதவனண்ணை சிரித்தது நக்கல் சிரிப்பா,
நமுட்டுச் சிரிப்பா, அனுதாபச் சிரிப்பா?

நடுவிரலில் தொட்டு நெற்றியில் விபூதியைக் கீறினேன்.
அம்மாளாச்சியுடன் ஒரு நிமிசம் பேச நேரமில்லை. கையெடுத்
துக் கும்பிட்ட ஒன்று மாத்திரம் செய்தேன். மூக்குக்
கண்ணாடியை அணிந்து யாரும் கும்பிடுவார்களா? அதை
நான் செய்தேன்.

வெறும் கண்ணால் அம்மாள் இரண்டாகத் தெரிகிறார்.
எந்த அம்மாளை நான் கும்பிட? இதுகாறும் கண்ணை மூடி
மனசை திறந்து அம்மாளுடன் இரண்டு நிமிசமாவது பேசினேன்.
துன்பப்பட்ட என் மனதுக்கு அம்மாளாச்சி தந்த ஆறுதல்
வார்த்தைகள் ஆயிரம். இப்போது எதற்குமே நேரமில்லை.
கண்ணாடி போட்டு அம்மாளைப் பார்த்து "வாறன் அம்மா,
எங்களைத் துன்பப்படாமல் வைச்சிடு" என்று மாத்திரம்
சொல்லி விபூதி பூசுகிறேன்.

என் தரித்திரத்தை ஒருக்காலும் நான் அம்மாளுக்குச்
சொன்னதில்லை. அம்மாளுக்குத் தெரியாததா எதுவும்? எனக்கு
என்ன வேண்டுமென்றது அம்மாளுக்குத் தெரியும். எது சரி
யென்று, எது திறமென்று எது நல்லது என்று அம்மாளுக்குத்
தெரியும். அம்மா செத்ததன் பிறகு என்னைப் பற்றி எல்லாம்
தெரிந்த ஒராள் அம்மாளாச்சிதானே?

இனி மினைக்கெட ஒரு சொட்டு நேரமில்லை. சுமதியின் படுக்கைக்குப் பக்கத்தில் யாவற்றையும் எடுத்து வைக்க வேண்டும். பக்கத்து பாத்ரூமுக்கு போய்வர மாத்திரமே சுமதியால் ஏலும்.

நெடுகலும் வருகிற வயிற்றுக் குத்துக்கு கருப்பையை எடுப்பதுதான் நல்லது என்று மருத்துவர் சொன்னார். ஆஸ்பத்திரி அதற்கு நாளையும் ஒதுக்கி குறித்துத் தந்தது. சுமதி வேலை செய்யும் நிறுவனமும் அதற்கு ஓம் என்று சம்பளத்துடன் கூடிய இரண்டு மாத விடுப்பும் தந்தது.

யார் நினைத்தார் அதனை? கடும் வெய்யில் எறித்து ஆனால் குளிர்ந்து கொண்டிருந்த காலையில் நிறுவனம் இழுத்து மூடப்பட்டிருப்பது சுமதிக்குத் தெரிந்தது. பணியாளர்கள் நடுத்தெருவிற்கு வந்தனர். நடுத்தெரு கடந்து பஸ் ஏறி, ரெயின் ஏறி அவரவர் வீடு போய்ச் சேர்ந்தனர். பாவமூட்டை சுமந்து சுமதி வீடு வந்தாள்.

இரவுக்கு “வேறை வேலை தேட வேணும். ஒப்பிரேசன் தேவையா?” என்று கேட்டாள். நீண்ட நாள் காத்திருந்து கிடைத்த ஒப்பிரேசன் திகதி இது. ஒப்பிரேசன் கட்டாயம் அவசியம். இதை விட்டால் இனி எப்போது திகதியோ? “ஒப்பிரேசன் கட்டாயம் செய்ய வேணும். பாப்பம். அம்மாளாச்சி இருக்கிறா” அதை மாத்திரம் சொன்னேன்.

அரை மைல் ஓடக்கூட காருக்குப் பெட்ரோல் இல்லை என்பது எனக்குத் தெரியும். பெட்ரோல் இல்லை என்ற மஞ்சள் ஒளி எரிந்து இரண்டு முழு நாட்கள் ஓடிவிட்டன. காசு கேட்பதற்கு இனி யார் இருக்கிறார்கள்? மயிலியிடம் இது கேட்பது மூன்றாம் முறை. ஆயிரம் பவுண்ட்டாகக் கேட்டேன்.

வாடகைப் பணம் தொளாயிரம் பவுண்ட் போகட்டும். மீதியில், இறைச்சி ஒரு கிலோ, ஒரு பக்கெற் மீன், கொஞ்ச மரக்கறிகள், நாலு பைந்த் பால், முட்டை ஒரு பெட்டி, காருக்குப் பெட்ரோல். மிச்சக் காசு இருக்கட்டும். சில்லறைச் செலவுக்கு உதவும்.

மயிலியிடம் கேட்ட மூன்று நாளில் ஒரு மறுமொழியும் இல்லை. தொலைபேசிக் கிணுகிணுப்பு கேட்கிற எல்லாச் சமயங்களிலும் ஓடிச் சென்று கையில் எடுத்தேன். “காசைக் கொண்டு வந்து தரட்டோ? அல்லாட்டில் வந்து எடுக்கிறியளோ?” அப்படி ஒரு வாசகம் மயிலியிடம் இருந்து வரும் என்று காதை வைத்தேன். மயிலியின் குரலே அல்ல அது.

"புதிதாக ஒரு தொலைபேசி இணைப்பு இலங்கை அல்லது இந்தியாவிற்கு நீங்கள் கதைப்பதென்றால் . . ."

"தயவு செய்து என்னை நிம்மதியாய் விடு . . ." என்றேன். அது தயவுக்குரல் அல்ல; கடுங்குரல்! அப்படிக் கடுங்குரலில் சொல்லியிருக்கக் கூடாதோ? பாவம். இல்லையா? முகத்தில் அடித்த மாதிரி அப்பிடித் தொலைபேசியை வைத்திருக்கக் கூடாது. அம்மாளே, என்னை மன்னித்து விடு! என் தங்கை அல்லது மகள் போன்ற ஒருத்தியை நான் நோகப்பண்ணிப் போட்டேன். இவ்வளவு நாளும் நான் செய்த பாவம் போதும்! இன்னும் பாவம் பாவமா என்மேல் ஏத்திறனே?

மயிலி மறந்திருக்கலாம். தொலைபேசி எடுத்தேன். நினைத்தது சரிதான். "மறந்து போனன் அண்ணை. நான் இவரிட்டை கேட்டுப் பாத்திட்டு நாளைக்குச் சொல்லுறன்" மயிலி குற்றம் கலந்த குரலில் சொல்கிறாள். எனக்கு மேலும் கூச்சம் படர்கிறது. இது கடன். இன்னும் குறுகிப்போகுது உடம்பும் மனதும். கேட்ட போதே மயிலி தந்திருக்க வேண்டும். மறந்து போனேன் என்கிறாள். மயிலிக்கு அது மறதி. எனக்கு வாழ்வு. மாதவ ணண்ணையின் மனைவி முன் அவமானமும் கூச்சமும் படாமல் இருந்திருக்கலாம்.

முப்பது மைல் ஓடிப்போய் வாருகிற வேலைக்கு காரில் எரிந்த மஞ்சள் ஒளி பாதகம். இன்னும் அரை மைலில்கூட கைவிடும். நாதன் கேட்டார். "வாவன் புல்ராங்க்! அடிச்சு விடுறன்"

எந்த ஈகோ என்னைத் தடுத்தது? காரின் பெட்ரோல் தாங்கியை நிரப்ப நாற்பது பவுண்ட் முடியும். 'அமத்திவாசிச்சால்' இரண்டு கிழமையாவது கார் ஓடாதா? நாதன் பத்துப் பவுண்ட் தாளை பொக்கற்றுக்குள் செருகினார்.

பெட்ரோல் நிரப்பு நிலையத்தில் பெட்ரோல் குழாயை எடுத்து காரின் இடுப்பில் செருகினேன். பத்துப் பவுண்ட்சுக்கு ஒரு பென்ஸ் கூட மீறக்கூடாது. பேர்சுக்குள் சில்லறையாக ஏதும் இல்லை. ஒன்பது பவுண்ட்சிலிருந்து மிகக் கவனமாகப் பெட்ரோலை நிரப்பினேன். *9:96, 97, 98, 99, 10:00* . . . குழாயில் மிஞ்சியிருக்கிற மூன்று துளிப் பெட்ரோலையும் தாங்கிக்கு அனுப்பினேன். அதில் நூறு யாராவது கார் ஓடாதா?

காசு கட்டுவதற்குப் பெட்ரோல் தாங்கியின் இலக்கத்தைப் பார்த்தேன். ஏழு! லக்கி செவன்! நான் லக்கி! அப்படியா? பெட்ரோல் நிலையக் கூரையின் ஒரு புறத்தே இருந்து வந்த சூரியன் என் கண்ணைக் கூசச் செய்து, "ஓமோம்" என்றான்.

இன்றைய நாளுக்கு என் முதற்புன்னகை இது! பத்துப் பவுண்ட் பெட்ரோலா இந்தப் புன்னகை தந்தது?

முகம் மிக்க வசீகரமான பெண் நின்றாள். காலை வணக்கம் சொன்னாள். புன்னகை நீங்காது காலை வணக்கம் வைத்தேன்.

"இலக்கம்?"

"ஏழு"

"பத்து பவுண்ட்"

"நன்றி"

பேர்சைத் திறந்தேன். பத்துப் பவுண்ட் வைத்த தூசிகூடக் காணவில்லை. நாதன் பொக்கற்றுக்குள் செருகின தாளை பேர்சிற்குள் மடித்து வைத்தேன். எங்கே போயிருக்க முடியும்?

அழகான வெள்ளைக் கையை நீட்டி அவள் காத்திருக் கிறாள். அவள் புன்னகைக்கிறாள். இந்தக் காலைக்கு இது மிக அழகிய புன்னகை. ஆனால் ஒமோம் என்று ஒத்துக் கொள்ள மனதில்லை. பத்துப் பவுண்ட் எங்கே?

ஒரு பென்ஸ் இல்லை என்று உறுதியாகத் தெரியும் என்றாலும் கிரெடிட் கார்டைக் கொடுத்தேன். பத்துப் பவுண்ட் எங்கே? இக்கட்டான நேரங்களில் ஞாபகம் தன் நரம்புகளை அறுத்து விடுகிறது.

அவள் கிரெடிட் கார்ட் மிசினை நீட்டுகிறாள் குறிஎண் தெரியும். இன்னொன்றும் தெரியும். அந்த மட்டையில் எதுவும் இல்லை. இலக்கங்களைக் குத்துகிறேன் 3, 2, 6, 8.

அதற்கு அவ்வளவு நேரம் ஆகவில்லை. வெள்ளைத் துண்டு சர்ரென வருகிறது. 'டிக்லைன்' அவள் துண்டை நீட்டினாள்.

எனக்கு மேலும் சொல்ல ஒன்றுமில்லை. ரீசேர்ட்டின் நெஞ்சில் பித்தளை மட்டையில் அவள் பெயர் எழுதியிருக் கிறது. "சபீனா, என்னை மன்னித்துக்கொள், இந்தக் கிரெடிட் கார்ட்டை வைத்திரு. பின்னேரத்திற்கு வந்து பணத்தைக் கட்டி விட்டு கிரெடிட் கார்ட்டை மீட்கிறேன். தயவுசெய்து . . ."

ஒன்றும் வேண்டாம். இந்த விண்ணப்பத்தைப் பூர்த்தி செய்து தா. பின்னேரத்துக்கு நான் நிற்க மாட்டேன். காசைக் கட்டிவிட்டு இந்த விண்ணப்பத்தை எடுத்துப்போ சபீனாவின் புன்னகை அதே அழகுடன் இருந்தது.

நெடுவீதியில் நான் விரைகிறபோது பத்துப்பவுண்ட் தாளுக்கு என்ன நடந்தது என்பது எனக்கு ஞாபகம் வந்தது. நேற்றுக் காலை வேலைக்குப் புறப்படுகிறபோது, சுமதியின் கையில் அதை வைத்தேன். 'வலி கொல்லும்' குளிசை வாங்கக் காசு வேணும். பிள்ளைகளை விட்டு வாங்குவாள். பின்னேரம் வந்து மீதிக்காசை வாங்கி பெட்ரோல் அடிக்கலாம் என்று நினைத்தேன். அதை நான் தீர மறந்தேன்.

இனி கார் எங்கு நிற்க முடியும்? 'அக்சிலெற்றரை' இன்னும் அமத்தினேன். எத்தனை கார்களை அது முந்தியது என்று எனக்குத் தெரியாது.

பெங்களூர் இரமணியம்மாள் “என்னப்பனே என்னையனே கந்தப்பனே கந்தக் காருண்யனே” என்று காருக்குள் காவடி ஆடிப்பாடினார். என்னவோ நான் குதூகலமாக இருந்தேன். என்ன காரணம்?

இரமணியம்மாளின் காவடிப் பாடலா? எல்லாக் கார்களையும் முந்துகிற என் காரின் வேகமா? அழகிய சபீனாப் பெண்ணின் புன்னகையா? அவை ஒன்றுமல்ல என்று எனக்குத் தெரியும். காரிற்குப் பெற்ரோல் இருக்கிறது. இரண்டு மூன்று நாட்களுக்கு பயமில்லாமல் ஓடலாம். மேலும் இரவு உணவு விநியோகம் செய்கிற போதும் பயப்பட ஒன்றுமில்லை.

யூலை 13ம் திகதி வெள்ளிக்கிழமை

மாலை:

இந்த நாளுக்கு இப்படி ஒருவரும் இல்லாது போவதில்லை. வெள்ளி, சனி தினங்களில் நிரம்பி வழிகிறது என்றல்ல. இருக்கைகள் நிறைந்து உணவு விடுதி இயங்குகிறது.

வெள்ளி, சனி என்றல்ல; வியாழன், ஞாயிறு சேர்ந்த நான்கு நாட்களும் இந்த உணவு விடுதி நிரம்பி வழிந்தது என்று அன்சாரி சொன்னார். அது அப்போ மூன்று வருடங்களுக்கு முன்னர். இந்த உணவு விடுதியின் தந்தூரி கோழியும், வெண்ணெய் படர்ந்த தந்தூரி நாண் ரொட்டியும் எப்சம் நகரத்து வெள்ளைக்காரர்களுக்கு மிகவும் ருசித்துப் போயிற்று.

உணவு விடுதி மூடப்படுகிற திங்கட்கிழமைகளிலும் அவர்கள் வந்து கதவைத் தட்டுகிறார்கள். அவர்களது ஆய்க்கினை தாங்காமல்தான் திங்கட்கிழமைகளிலும் திறக்கப்படுகிறது என்று அன்சாரி சொன்னார். அது எத்துணை அற்புதமான

காலம் என்பதை அன்சாரி சொன்னபோது, தலைக்கு மேலிருந்த பாலத்தில் தொடரூந்து தடதடத்துப் போனது.

துண்டு துண்டாக வெட்டிய ஆடு, கோழி, இறைச்சிகள் இரண்டு மூன்று கிலோ. சலட் இலைகள் கொஞ்சம், மிளகாய், வெங்காயம் உள்ளி என்றானவை நாண்ரொட்டிகள், சப்பாத்திகள், சோறு அவ்வளவுதான். அவற்றுக்கு உவப்பாகவும், தேவையாகவும் வேறு சில பண்டங்கள், சிறிய பெரிய போத்தல்களில் கோப்றாபியர்கள், வைன், விஸ்கி வகைகள் முப்பத்தாறு இருக்கைகள், அன்சாரி, ரஹீம், ஓமர், சைமன், தாகா மற்றும் வெள்ளி சனி பின்னேரத்துக்குப் பிறகு வருகிற நான் இவைதாம் இந்த விடுதி.

இரவு எட்டுமணிக்குள் முப்பது இருக்கைகளாவது நிரம்பி விடுகின்றன. அது போதும் அன்சாரிக்கு. உணவு விடுதி ஓய்ந்த நேரத்தில் பனிக்காற்று வீசும் குளிர் இரவாயினும் மழை சிணுங்கும் பொழுதாயினும் சிகரெட் பிடிக்க வெளியில் போய் விடுகிறார்.

ஆறு சினிமாமண்டபம் கொண்ட ஓடியன் சினிமா உணவு விடுதியின் முன் இருக்கிறது. திரைப்படம் முடிந்து வருபவர்கள் இந்த உணவு விடுதியில் ஏறுவதில்லை. அவர்கள் பக்கத்து 'ரேக் எவே' யில் 'பிற்சா' கட்டுகிறார்கள். 'கேபாப்' வாங்குகிறார்கள். 'பாஸ்ற்றா' உண்கிறார்கள்.

ஆனால் சிலவேளை குடும்பமாகச் சிலர் வருகிறார்கள். சோடியாகவும் வருகிறார்கள். அவர்கள் சினிமாவை அனுபவித்ததுபோல், உணவையும் நன்கு அனுபவிக்க இங்கு ஒதுங்குகிறார்கள். அனுபவித்து தமது வெள்ளைக் கைகளால் நான்கைந்து படபடக்கிற காசுத்தாள்களைக் கொடுக்கிறார்கள். எவ்வளவு தொகையென்றாலும் மீதிப் பணத்தை அவர்கள் வாங்குவதை நான் காணவில்லை. பரிசாரகருக்கான உபசாரக் காசு அது. பிரகாசமான விளக்குகள் கொண்ட கார்களை அவர்கள் ஓட்டிச் செல்வதில் அவர்களது பூரிப்பு எனக்குப் புரிந்து விடுகிறது.

இச்சந்தர்ப்பங்களில் அன்சாரி என்ன செய்வார்? முகம் மகிழ்ச்சியில் பூரிக்கும். பெரிய கிளாசில் பியர் நிறைத்து உறிஞ்சுவார். ஒன்றுக்கு இரண்டு சிகரெட் ஊதுவார். கடிக்க என்று தந்தூரி கோழிக்கால் அவருக்குத் திருப்தியில்லை. ஆட்டுத்துடை பொரித்து வேண்டும். 'டிகாக்சனில்' கோப்பி கலந்து தந்து தன் முன் அமரச் சொல்வார். நான் அமர்ந்து ஆட்டுத் துடைப் பொரியல் ஒரு கடி, கோப்பி ஒரு மிடறு.

அன்சாரி எப்போதும் சொல்கிற கவிதையை அப்போது சொல்வார்:

"அகிலத்தின் அகன்ற

ஆகாயம் பிளந்து

நிலா, சூரியன், கோள், கிரகம், தாண்டி

வானைக் குத்தி, புவியைக் கிழித்து

இறைவனின் புனித இருக்கையைத் தள்ளி

இதோ நான் எழுந்துள்ளேன்"

இது அன்சாரியின் கவிதை அல்ல. எனக்குத் தெரியும். கவிதை எழுதும் முகமா இது? "யார் எழுதிய கவிதை?" கேட்பேன்.

அன்சாரி சொல்வார், "இதோ நான் எழுந்துள்ளேன்"

நான் எழுந்து போவதற்கு எனக்கு வேலை வந்துவிடும். ரஹீம் துண்டை நீட்டுவார்.

30, பிரெஞ்ச்லி பார்க் வீதி,

எப்சம்.

கே.ரி.19 8எல்.என்.

இது விலாசம். உணவுப் பண்டத்தின் பெறுமதி 37.80 பவுண்ட். உணவுக் கூடையை எடுத்துக் கொண்டு காரில் புறப்படுவேன்.

பிரெஞ்ச்லி பார்க் வீதி பிடித்துவிட்டேன். 30 எங்கிருக் கிறது? காரை உருட்டித் திரிந்தேன். தூரத்திற்கு ஒரு வீடு. நகரம் தாண்டி ஒரு மைல் வந்தாலே அப்படித்தான் ஆகிறது. காரை உருட்டிக் கொண்டு இலக்கம் தேட கண் விடுகிறதாக வில்லை.

கண்ணைக் காட்டுவதற்கு அது இலவசம். தூரப்பார்வை மங்கல். கிட்டப்பார்வை கலங்கல். குவி வில்லையையும் குழி வில்லையையும் ஒரு சேர சட்டகத்தில் பொருத்த வேண்டும். ஒரு சட்டகமும் நூறு பவுண்ட்சுக்குக் குறைந்ததாக இல்லை.

காரை நிறுத்தி இறங்கி ஒவ்வொரு வீடு ஏறி படலையைத் திறந்து சுவர்ப் பக்கம் பார்க்கிறேன். 'சென்ஸர் லைட்' உடன் எரிகிறது. இலக்கம் 16 என்று சுவர் சொல்லிற்று.

கள்ளன் என நினைத்து வீட்டுக்காரர் பொலிசுக்கு அறிவிக்கலாம். நாயை 'சூக்காட்டி' விடலாம். இருண்ட அந்த வீட்டின் கதவைத் திறந்து உரிமையில் வேறு யார் வருவார்? விறுவிறு என்று வந்து காரில் ஏறினேன்.

தொப்பலாய் நனைந்து வந்தேன் ஒருநாள். கோலா ஊற்றித் தந்தான் ரஹீம். "கோப்பி கிடையாதோ?" கேட்டேன்.

"இனி கோப்பி மிசினைக் கொதிக்க வைக்க வேண்டுமே?"

"சரி பரவாயில்லை கோலாவைத்தா"

"இரு இரு" என்று அன்சாரி வந்தார். "நான் கோப்பி வைத்துத் தருகின்றேன். குசினிக்குள் போய்த் தலையைத் துடை."

நான் வேண்டாம் என்று ஏதும் மறுக்கவில்லை. மழைக் குளிருக்குக் கோலாவா?

இந்த வெள்ளிக்கிழமைக்கு மழை பொழிகிறது. வீதியில் இறங்கவே எவரும் கருதார். விடுதியில் ஏறுவாரா? அன்சாரிக்கு அஃதொன்றும் கவலையாக இல்லை. வெளியில் மழை. விடுதியில் சனம் இல்லை. இவற்றால் அன்சாரியிடம் பியர் இல்லை. என் முன்னும் தன் முன்னும் கோப்பி. "சாப்" என்று கூப்பிட்டு அன்சாரி சொல்லத் தொடங்கினார்.

"நீ என்ரை மகன் தானே?"

"ஓம் . . ."

"நீ அப்பிடி நினைக்கிறியோ எனக்குத் தெரியாது. நான் அப்பிடி நினைக்கிறன்"

"ஓம்"

"எனக்கு ஒரு மகன் இருந்தான். இப்பொழுது இறந்து போய்விட்டான். அப்பிடித்தான் நான் நம்புகிறேன்"

"ஓம்"

"அவன் வெள்ளைக்காரியைக் கலியாணம் முடித்துக் கொண்டு போய்விட்டான். அது எங்கன்ரை பண்பாட்டுக்கு ஒத்துவராது"

"ஓம்"

"அவனுக்குப் பன்னிரண்டு வயதிலை அவனுடைய அம்மா இறந்துபோனார். அவனைப் பள்ளிக்கூடத்தில் நான் கொண்டு போய் விடுவேன். அவன் என்னைத் திருப்பித் திருப்பிப்

அ. இரவி

பார்த்துக்கொண்டு பள்ளிக் கூடத்துக்குள் போவான். அப்போது என் துக்கம் மிகமிகப் பெரிது. அம்மா இல்லாத என் மகனை நினைந்து நான் அழாத நாள் இல்லை. இப்போ பொறியியலா ராக இருக்கிறான். அப்படி நான் வளர்த்தேன். நீ சொல்லு எனக்கு ஒரு மகள் இருந்தால் இப்படிச் செய்வாளா?"

"ஓம்"

"குசினிக்குள் நான் நின்று நின்று சமைத்ததில் என் னுடைய முழங்காலில் ஒரு சின்னப் பிரச்சினை. நெடுநேரம் நிற்க முடியாது. என்னுடன் சீவிப்பது கஷ்ரம் என்றுதான் மகன் வெள்ளைக்காரியைக் கூட்டிக்கொண்டு போய்விட்டான்."

"ஓம்"

"மகன், உனக்கு நான் ஒன்று சொல்கிறேன். மஹ்முத்! உலகத்துக்கு அவர் ஒருவர்தான் தெய்வம். எனக்கு மஹ்முத்தான் உலகம். மஹ்முத்துக்குத் தெரியும். எது சரியென்று. மஹ்முத் இல்லையென்றால் மனிதர்கள் எல்லோரும் நிலத்தை முட்டு மளவுக்கு தாடி மீசை வளர்த்துக் காட்டு மிராண்டிகளாக அல்லாடிக் கொண்டு திரிவார்கள் ..."

"ஓம்"

"மகன், இன்று இன்னும் சிறிது நேரம் நிற்பாயா?"

"ஏன்?"

"மழை பெய்கிறது. வீட்டிலிருந்தபடியே உணவுக்கு உத்தரவு தருவார்கள் நீ வினியோகிக்க வேண்டும்."

"அதற்கென்ன பரவாயில்லை"

"நல்லது. இன்னும் ஒரு கோப்பி குடிக்கிறாயா?"

"வேண்டாம்."

"மகன், ஒரு உதவி செய்கிறாயா? இந்த உணவு விடுதியை எடுத்து நடத்தேன். குறைந்த விலையில் உனக்குத் தருகிறேன். நாற்பதினாயிரம் பவுண்ட்தான். எவ்வளவு காலமாக இங்கிலாந்தில் வசிக்கிறாய்? உன்னால் இயலாதா? நாற்பதி னாயிரம் பவுண்ட் மாத்திரம்தான். எனக்குள்ள கடன்களைத் தீர்த்துவிட்டு பத்தாயிரம் பவுண்ட்டுடன் ஊருக்குப் போய் நான் சீவியம் நடத்துவேன். மகன், யோசித்துப்பார். நாற்பதி னாயிரம் பவுண்ட்தான்."

உணவு விடுதியில் ஒருவரும் இல்லாத இந்த நாளில்தான் ரஹீம் வாய் திறந்தான். "இவர் எப்படி ஊருக்குப் போவார்? இவரால் போக முடியாது"

"அந்தக் கதை உனக்கு எதற்கு? இங்கு ஒருவரிற்கும் தேவையில்லை" என்றார். அன்சாரி. "அதெல்லாம் நிறையக் காலம் போய்விட்டது. எவ்வளவு வருடங்கள்? ம் ... முப்பத் தைந்து வருடங்கள்; இவற்றையெல்லாம் யார் நினைவில் வைத்துக்கொள்ளப் போகிறார்கள்? மேலும் நான் கிழவன் படுகிழவன்."

நான் ஆறாவது முறையாகக் கேட்காத ஒரு புதுக்கதை இப்போது என் காதை எட்டுகிறது. அன்சாரி "உன் வேலையை நீ பார்" என்று ரஹீமை ஏசினார். அதன் பிறகு ஓசை என்று ஏதுமில்லை. யாவரிடமும் மர்மத்தின் நிழல் கவிந்தாற்போல நீண்ட மௌனம். கண்களை மூடி உள்ளார் அன்சாரி. விடுதியை நிறைத்து மென்மையான வங்காளப்பாடல் ஒலிக்கிறது.

"அத்தனையும் காதல் பாடல்" மௌனத்தைக் கீறி அன்சாரி சொல்கிறார். மெட்டுடன் முணுமுணுக்கிறார் ... ஆங்கிலத்தில் உரையாகச் சொல்கிறார்.

"என் இதயத்தைச் சுருக்கினாய்

உருகினேன். எரிந்தாய்

உறங்கினோம். விடிகிறது"

காதல் பாடலில் இருந்து மெள்ளக் கிளர்ந்து எழுந்தார். என்ன புதுக்கதை என்று நான் கேட்கவில்லை. அதைச் சொல்ல அவருக்கு பியரும் தேவையாயிருக்கவில்லை.

'முக்திபாகினி' தெரியுமா உனக்கு? கேள்விப்பட்டிருக் கிறாயா? முக்திபாகினி. பங்களாதேஷ் விடுதலைக்காக ஆயுதம் தூக்கியவர்கள். தெரியுமா உனக்கு? முக்தி பாகினி. அதில் இருந்தவன் நான். முக்தி பாகினி. அந்தச் சொல்லை உச்சரிக்கவே நான் புனிதமடைகிறேன்.

வன்ம மனமுடைய இரண்டு இலட்சம் பாகிஸ்தான் இராணுவம், கொடுங்கோன்மை அரசு இவற்றுக்கு முன் நாங்கள் எளியோராய் இருக்கிறோம். புரிகிறதா உனக்கு? ஓநாய்களுக்கு முன் வெறும் சின்ன ஆட்டுக்குட்டிகள். ஆயினும் அடக்கு முறையை ஏற்காத, அராஜகத்திற்குத் தலை வணங்காத, தியாகத்திற்குத் தயங்காத, மக்களை வெறும் துப்பாக்கிகள் மௌனப்படுத்தி விட முடியாது. எங்கேனும் அது நடந்ததா? பாகிஸ்தான் இராணுவத்துக்குச் சற்றும் சளைக்காமல் நாமும் இராணுவம் அமைத்தோம். ஆனால் அது விடுதலைப்படை. அதுதான் முக்தி பாகினி.

அ. இரவி

அடிமேல் அடி அடித்து பாகிஸ்தான் இராணுவத்தை வலுவிழக்கச் செய்தோம். அகம் இற்றுப்போகச் செய்தோம். அத்தனையும் இழந்தோம். ஆயினும் ஒன்றினைப் பெற்றோம். அது மகாபெரிது. சுதந்திரம். அது வெறும் சொல் அல்ல. அது உணர்வு. அது உரிமை. அது பிறப்பு. வாழ்வு மூச்சு.

பயமில்லா வாழ்வு வாழலாம். பயத்துடன் வாழும் வாழ்க்கை உனக்குப் புரியுமா? எதற்கும் பயம். சின்ன அசை வுக்குக் கூடப் பயம். அடக்குமுறையாளன் முதலில் என்ன செய்கிறான்? பயத்தை உண்டாக்குகிறான். பயத்திலிருந்து விடுபடல்தான் மனித வாழ்வின் உன்னதம் என்பேன். கணவனிடமிருந்து மனைவியோ பெற்றோரிடமிருந்து பிள்ளை களோ ஒரு மனிதரிலிருந்து ஏனைய மனிதர்களோ பயமில்லாத வாழ்வு வாழ வேண்டும்.

பயமில்லாத வாழ்வு வாழலாம் என்று எழுந்த நாளை காலம் ஈவிரக்கமில்லாமல் அழித்தது. 1971ஆம் ஆண்டு டிசம்பர் 16ஆம் நாள் வியாழக்கிழமை. எனக்கு அந்த நாள் நிறைந்த ஞாபகம். பாகிஸ்தான் இராணுவம் இந்திய இராணுவத்திடம் சரணடைந்த நாள்.

அதுவரை நாளும் என் கையில் துப்பாக்கி இருந்தது. அதற்கு நிறைய அர்த்தமும் இருந்தது. முக்கியமாகப் பயமில்லா வாழ்வை அது தந்தது. என் துப்பாக்கியிலிருந்து ஒரு குண்டு சீறினாலும். அது சுதந்திரத்திற்கான ஒரு நாளை முன்னகர்த்தும் சீறலாக இருந்தது. ஓர் ஆட்டுக்குட்டி சுதந்திரமாகத் துள்ளித் திரிவதற்காக ஓநாய்களின் காதுகளிற்கு நான் குண்டுவைத்தேன். அப்படித்தான் நம்பினேன்.

ஆனால் நான் அணைத்துப் படுத்திருந்த அந்தத் துப்பாக்கி. அந்த நாளிலிருந்து என் நெஞ்சைக் குறிவைக்கத் தொடங்கியது. ஓநாய்களின் காதுகளுக்குக் குண்டு வைத்த அதே துப்பாக்கி ஆட்டுக்குட்டியின் கண்ணுக்குள்ளும் குண்டு வைத்தது. எனக்கு ஒன்றும் புரியவில்லை. என்ன நடக்கிறது இங்கே? ஓர் இரவிற் குள்ளாகவே மரத்திலிருந்து அனைத்து இலைகளும் உதிர்ந்து விட்டால் உனக்கு எப்படி இருக்கும்? ஏதுக்கும் அர்த்தம் தெரியவில்லை எனக்கு: மஹ்முத், உன் விளையாட்டா இது? நீ என்ன சொல்கிறாய்? நான் இங்கு இருக்கலாமா? ஓடுவதா? என்ன செய்வது? மஹ்முத்திடம் கேட்டேன்.

உனக்குக் கசப்பாக இருக்கிறதா இந்தக் கதை கேட்க? இனிப்பான கதை என்று எதுவும் என்னிடம் இல்லை. இனிப்பாக கோப்பி ஒன்றுதான் குடிக்கிறேன். அதுவும் சில

நேரங்களில் கசந்துவிடுகிறது. கோப்பி குடிக்கிறாயா? ரஹீம், இரண்டு கோப்பி தருவாயா, தயவு செய்து?

அவரவர் தேசத்தில் அவரவர் வாழ்ந்திருக்க வேண்டும். அப்படி வாழ முடியாத வலி உனக்குப் புரியும் என நம்புகிறேன்.

நான் இங்கிலாந்துக்கு வரப் புறப்பட்டேன். இடையில் எனக்கு எதுவும் நிகழலாம். சரி, அது ஆண்டவருடைய சித்தம். இங்கிலாந்துக்கு எப்படி வந்தேன்? ஆண்டவர் என்னை அள்ளித் தூக்கி வந்தார். அதுவும் ஆண்டவருடைய சித்தம். மஹ்முத், உனக்கு என் மேலான நன்றி. நான் அங்கு நின்றிருந் தால் என் எலும்புக் கூடுகூட உக்கிப் போயிருந்திருக்கும்.

அன்சாரி கண்ணை மூடி இருந்தார், அப்படியே நித்திரை யும் ஆகிவிடுவார். வெளியில் மழை பொழிகிறது. என் தேகமும் உணவு விடுதியும் சில்லிட்டுப் போய்விட்டன. நான் வீடு ஏகும் நேரம் ஆகிவிட்டது. “என்ன சாப்பாடு வேண்டும்?” சமையல்காரன் தாகா கேட்டான்.

இரண்டு நாண்ரொட்டியும் கறியும் அல்லது கோழிப் புரியாணியும் கறியும். இதற்கு மிஞ்சி வேறென்ன தரப் போகிறான்? கேட்டுப் பார்ப்போமா. இன்றைக்கு நான்கு நாண்ரொட்டி தர இயலுமோ என்று? பிள்ளைகள் இருவருக் கும் அது மிக ருசிக்கும். நான்கு நாண் ரொட்டிகள். கேட்டுப் பார்ப்போமா? நான்கு ரொட்டிகள் என்றால் இரண்டு கறிகள் வரும். கேட்போமா?

சென்ற ஞாயிறு இரவின் பிறகு பிள்ளைகள் நல்ல தீன் உண்ணவில்லை. வெறும் பாண் துண்டுகள் மாத்திரம் அவர் கள் வயிற்றை நிரப்புகின்றன.

“தாகா சாப் கேட்பது எதுவானாலும் கொடு” என்றார் அன்சாரி.

தாகா “நான்கு வெறும் நாண்ரொட்டிகள் தானா?” என்று கேட்டான். இவன் ஏன் அப்படிக் கேட்கிறான் என்று எனக்குத் தெரியும். உள்ளி நாண், பட்டர் நாண், சீஸ் நாண், கீரை நாண் என்று நாண்ரொட்டிகளில் பலவகை உண்டு. அவை விலை கூடியவை. நான் வெறும் நாண் ரொட்டி மாத்திரம் கேட்கிறேன். “இல்லை. நான்கும் வெறும் நாண் ரொட்டிகள் தான்” என்றேன். ஆச்சரியமாகப் பார்த்து புரியாமல் தாகா குசினிக்குள் போனான்.

வைப்பர் தட்டி சீறும் மழைக்குள் கார் ஓடினேன். கார் தன் நெற்றியைத் துடைத்து துடைத்து ஓடியது.

"ஒழும்புங்கோ ராசா. ஒழும்புங்கோ பிள்ளை. சாப்பிட்டுப் படுங்கோ. ஒழும்புங்கோ. ஒழும்புங்கோ"

இன்று வெள்ளிக்கிழமைக்கு மச்சக்கறி ஏதும் வீட்டில் ஆகாது. நாண்ரொட்டிக்கு நிச்சயம் இது இறைச்சிக் கறி. ஆடோ, கோழியோ ஆனால் அது பாதகமில்லை. பன்னிரண்டு மணி தாண்டி பத்து நிமிசமாகிவிட்டது. இந்த நாள் சனிக் கிழமைக்குரியது.

சாப்பாட்டுச் சரையை அவிழ்த்து நாண்ரொட்டிகளைக் கோப்பையில் வைத்தேன். பையில் கை வைத்துத் துழாவினேன். கறி என்று ஏதும் இல்லை. துழாவி துழாவிப் பார்த்தேன். ம்கூம் இல்லை. தாகா, வெறும் ரொட்டிதானா வெறும் ரொட்டிதானா என்று ஆச்சரியமாகக் கேட்டது கறி இல்லாமல் ரொட்டி தருவதற்குத் தானா?

குசினிக்குள் எல்லா ஏதனங்களையும் பார்த்தேன். வெண்டிக்காய்க் குழம்பு கூட இல்லை. ரொட்டி வைத்த கோப்பையில் சிறிது சீனியைக் கொட்டினேன். "ம்... சாப்பிடுங்கோ"

பிள்ளைகள் என் முகத்தைப் பார்த்தார்கள். நான் "அம்மாளாச்சி" என்று எழுந்து போனேன். இனியாவது கொஞ்சம் கதைப்பம் என்று அம்மாளிடம் போய் நின்றேன்.

(2007)

(தீராநதி, மார்ச் 2010)

அதிகாரி

1

"வாடாப்பா. இரு. உன்னர அறிக்கையைப் பாத்தன். ஆச்சரியமா இருந்தது. நீயா இதை எழுதியிருக்கிறாய்? என்னெண்டு இப்பிடி எழுத உனக்கு மனம் வந்தது? மக்களின்ரை துன்ப துயரங்களை நல்லாப் புரிஞ்சு அவையளுக்கு உதவி செய்யத் துடிக்கிற ஓராளாத்தான் உன்னை எனக்குத் தெரியும். அதாலைதான் உன்னை இந்த வேலைக்கும் எடுத்தது . . ."

"சேர், நான் எந்த அர்த்தத்திலை இந்த அறிக்கையை எழுதினான் எண்டால் . . ."

"எனக்கு ஒண்டும் சொல்ல வேண்டாமெடாப்பா. உன்னட்டை இருந்து சத்தியமா நான் இதை எதிர் பாக்கேல்லை. அவ்வளவுதான்."

"சேர், என்னையும் கொஞ்சம் கதைக்க விடுங்கோவன்"

"சரி சொல்லு. என்ன சொல்லப் போறாய் பாப்பம்"

"சேர், மல்லிகா வேறை ஒரு கலியாணம் கட்டப் போறா எண்டதாலை அந்தப் 'புறொஜெக்ற்'றை இன்னொரு விதவைக்குக் குடுக்கலாம் எண்டுதான் . . ."

"கதையை நிப்பாட்டு. நீ என்ன சொல்ல வாறாய் எண்டு எனக்கு விளங்குது. தம்பி, இதை, இப்பிடிப் பாரெண்டா. அவளுக்கு என்ன பெயர் சொன்னி? மல்லிகாவோ? ஆ, மல்லிகா . . ."

என்ன இது? என்னில் ஏதும் தவறா? விமலேசன் அளவு என்னால் இயலாது. என்றாலும் இயன்றளவு பணி புரிகிறேன். வெறும் சம்பளத்துக்காகத்தானா?

யாழ்ப்பாணக் கிராமங்களுக்குள் விமலேசன் சைக்கிள் உழக்கினான். கல்வீடுகளில் ஏறிக் கதவு தட்டினான். “பாவிச்ச உடுப்புகள் ஏதும் இருந்தா தாருங்கோ வன்னிக்குள்ளை அகதிகளா இருக்கிற ஆக்களுக்குக் குடுக்க...” என்றான். அனேக வீடுகளில் பாவித்த உடுப்புகளுடன் தேநீரும் கொடுத்தார்கள். சாப்பிடச் சொல்லி கேட்ட வீடுகளும் உண்டு. இந்த உபசாரங்கள் அவன் வயிற்றை நிறைத்தன.

உடுப்புகளைப் பெரிய மூட்டையாக பின் கரியரில் கட்டி, ஐம்பது மைல் சைக்கிள் உழக்கினான். வன்னி உருத்திரபுரம் முறிப்புக் குளத்தில் அத்தனை உடுப்புகளையும் வெள்ளாவி போட்டு தோய்த்துக் காயவைத்து மடித்து அகதிகளுக்குக் கொடுத்தான். எண்பத்து மூன்று இனப்படுகொலையில் மலையகத்திலிருந்து வன்னிக்கு ஓடிவந்து தம் உயிர் காத்தவர்கள் அவர்கள்.

விமலேசன் அதைச் செய்தான். நான் என்ன செய்கிறேன்? கிடைப்பதையும் தடுக்கிறேன். அப்படித்தானா? நாங்கள் மக்களுக்கு ஊழியம் புரிய வந்தவர்கள். மல்லிகா யார்? மக்களில் ஒருவள் இல்லையா? அவளுக்கு நான் செய்தது சரிதானா?

2

நாட்கள் நரகமாக நகர்கின்றன. வெய்யில் எறிக்கிறது. சோளகம் வீசுகிறது. பனைகள் ஆடி ஆடி நொங்குகளைக் கொட்டுகின்றன. காவோலை, கொக்கறை, பன்னாடைகளை வீழ்த்துகின்றன. அம்மாள் கோயில் திருவிழாவில் என்.கே. பத்மநாதனின் நாயனம் பிளிறுகிறது.

பிறகு மழை தூறி, புல் அரும்புகிறபோது சகலகலாவல்லி மாலை பாடி நவராத்திரி செய்கிறார்கள். பள்ளிக்கூடப் பூசை என்று சரம் கோர்த்து குமர்ப் பிள்ளைகள் அழகு சுமந்து போகிறார்கள். “காகா” என்று சுத்தி புரட்டாதிச் சனி அன்று காகங்களுக்குச் சோறு வைக்கிறோம்.

பெருமழை பொழிகிறது. வாடை விசிறியதில் உடம்பு கூதலோடுகிறது. தீபாவளிக்கு அருந்தலாகச் சாராயம் குடிக்கிறார்கள். நூறு ரூபாவிற்கு இறைச்சிக் குடலைகள் சில வீடுகளுக்குப் போகின்றன. கார்த்திகை பூரணையில் விளக்கீடு என்று சொக்கப்பனை எரிபடுகிறது. ஊர் பச்சையாகச் கொழித்துத் கிடக்க கோயில்களில் மணிச்சத்தத்துடன் திருவெம்பாவைப் பாட்டும் சத்தமும் கேட்கிறது.

நடுச்சாமத்துக்கு தேவாலயத்துக்குப் போக முடியாவிட்டாலும் வெளிச்சம் காலித்த விடியற்புறத்தில் போய் நத்தார் ஆராதனைகளில் செய்வேத்தி குடும்பம் கலந்துகொள்கிறது. பற்கள் கிடுகிடுக்கிற பனிக்குளிரில் தோய்ந்து சூரியன் ஏழ பொங்கல் பானை சரிக்கிறோம். வெடி கொளுத்த முடியாத துக்கம் இருந்தாலும் . . .

ஆயினும் வனஸ்பதி நெய் மணம் ஊரெங்கும் நாறிக் கிடக்கிறது. ஏமம் சாமம் என்று ஏதும் இல்லாமல் நாய்கள் குரைக்கின்றன. பேயைக் கண்ட குரைப்பு அல்ல அது. பேயென்றால் ஊளையிட்ட குரைப்பாக அது இருக்கும். இது "ஈ" என்று முரசு தெரிய பல்லை நெருமியபடி ஆத்திரப் பட்ட குரைப்பு. எங்கோ தூரத்தில் நெய்மணம் பரவ இங்கு வீட்டிலிருந்து வீரா குரைக்கிறான். எத்தனை முறை துவக்குப் பிடியால் அடிவாங்கிவிட்டான். பயம் வரவில்லை. ஆத்திரம் தான் மிஞ்சுகிறது அவனுக்கு.

அப்போது எல்லா ஊர்களுக்கும் இந்தியனாமி வரவில்லை. பலாலி, காங்கேசந்துறை, மருதனாமடம், கோட்டை, நாவற்குழி என்று மாத்திரம் நின்றார்கள். ஊருகுள் வர போராளிகள் விடவில்லை. எந்த நேரமும் வரலாம். எதுவும் நேரலாம். அஞ்சுகிறார்கள் எல்லோரும். அம்மாள் கோயிலில் அடைக்கலமானார்கள். அப்பா எவ்வளவோ சொன்னார். அம்மா வீட்டைவிட்டு வெளிக்கிடமாட்டேன் என்றா. "ஆடு, கோழி நாய்க்கு ஆர் சாப்பாடு போடுறது"

மழைக்காலக் கறுப்பு ஊரை அப்பின அந்த இரவு. விளக்கு ஒன்றும் எரியாத சாமத்தில் வீரா பெலத்துக் குரைக்கிறான். நிர்மதியக்கா வீட்டு றெச்சும் குரைக்கிறது. நாய்கள் ஊளையிடுகின்றன. "சர்ரக், சர்ரக், சர்ரக், சர்ரக்" என்று ஒரு சத்தம். "வள்" என்று வீரா அடி வாங்கிய கத்தல். பிறகும் ஆக்ரோசமாகக் குரைக்கிறான். விளக்கைக் கொளுத்த, எழும்பிப் பார்க்கப் பயமாக இருக்கிறது.

விடியப்புற இருட்டு வெளிசத்துடன் எழும்பினோம். வெளியில் வந்தால் வீரா முனகினான். வலது பின்னங்காலைத் தூக்கி நொண்டினான். தடவ அவன் விடவில்லை. நொண்டி நொண்டி நடந்து அவன் எங்களைக் கூட்டிப் போனான்.

வளவு வேலிக்கரையோரம் பற்றைகள், புற்கள் செழித்துப் பரவிய காணிக்குள்ளால் ஒற்றையடிப் பாதையாக பற்றைகளும், புற்களும் மிதிபட்டு கிடக்கின்றன. ஒரு றக்ரர் சில்லு உருண்ட கணக்காக அது இருந்தது புரிந்துவிட்டது. ஒரு நூறு

இந்தியனாமி பாதை கட்டி அதில் பயணப்பட்டிருக்கிறார்கள். எங்கு போனார்கள்?

அதுவும் கதை வந்துவிட்டது. மகாஜனாசபை வாசிக் சாலை மண்டபத்தில் இந்தியனாமி முகாம் அமைத்துவிட் டார்கள்.

அன்று மதியமே அம்மாள் கோயிலில், பிள்ளையார் கோவிலில் அஞ்சிக் கிடந்தவர்களில் ஆண்பிள்ளைகளை மாடு சாய்ப்பதுபோல சாய்த்துக்கொண்டு போனார்கள். போனவர்கள் முகாமைத் திடப்படுத்துவதற்காக மரக்குற்றிகள் காவினார்கள். பாதுகாப்பை பலப்படுத்துவதற்காக பதுங்கு குழிகள் வெட்டினார்கள்.

அஞ்சிக் கிடந்தோம் நாம். அங்கு, இங்கு என்று எங்கும் போகவில்லை. அம்மா கோயில் பக்கம் எட்டிப் பார்க்கவில்லை. இருந்த அரிசியை உலையேற்றி சோறாக்கினா அம்மா. முருங்கையிலை ஆய்ந்து வறை செய்தா. முருங்கைக்காய் பிடுங்கி குழம்பு வைத்தா. ஒரு நேரத்திற்கு ஒரு கவளம் உண்டோம்.

கூத்தஞ்சீமாவடியில் கேட்டது பெருங்குரலெடுத்து குழறிய அந்தச் சத்தம். அம்மா, மறிக்க நான் ஓடினேன். வீதிக்கரையில் இருந்த கொட்டில் வீடுகள் எரிகின்றன. அங்கால் பக்கம் வீதியில் ஒரு உடல் துடிக்கிறது. அது பத்மநாதனண்ணை யின் மகன்.

சூட்டுச் சத்தம் கேட்டதில்லை. வயிற்றில் கத்தியால் ஒரு கீறு. குடல் அவ்வளவும் வெளியில் வந்து விழுந்திருக்கிறது. அவன் குடலைத் தூக்கி வைத்துத் துடிக்கிறான். அவனை எங்கு ஏற்றிச் செல்வது? எதில் ஏற்றிச் செல்வது? இந்தியனாமி பரவியதில் ஒன்றும் இயங்க முடியாத தேசமாயிற்று. அவன் இன்னமும் துடிக்கிறான். ஆனால் அது கனநேரமில்லை.

அன்றைக்குத்தான் சோமசெற் கார் வைத்து ஓடுகிற குஞ்சனண்ணையைக் காணவில்லை. அந்த நாள்தான். இராகவன் தன் வீட்டில் சரிந்து வீழ்ந்தான். கால்கள் துடித்து வாயில் நுரை தள்ளக் கிடந்தான்.

ஜெயக்கௌரி அதைச் சொன்னா. ஒற்றைப் பின்னலை முதுகில் விட்டபடி ஆத்திரமும், வேதனையும் கலக்கச் சொன்னா: "அத்து மீறி ஒருத்தன் எப்பிடி எங்கன்ர வீட்டுக் குள்ளை நுழையலாம்?"

வீட்டுக்குள்ளால் இந்தியனாமி போனது. போகையில் இராகவன் படித்துக்கொண்டிருந்தான். இந்தியனாமி போய் விட்டது. இராகவன் நுரை கக்கி கால் துடிக்கக் கிடந்தான்.

அமைதி காக்கக் கடல் கடந்து வந்தாரை மாலை அணிந்து வரவேற்றோம். இனிச் சாவுகள் நிகழாது. சடலங்கள் நிறையாது. துக்கமும் ஒப்பாரியுமாய் காலம் கழியாது. பதுங்கு குழி தேவையில்லை. பாம்புக் கடியும் இல்லை.

ஆனால் ஒன்றுக்கும் ஆசைப்படக்கூடாது என்று காலம் மூன்று மாதத்துள் சொன்னது. கனவு காணக் கூடாது. கற்பனையில் வாழக்கூடாது என்றும் சொன்னது. ஏன் என்று கேட்க எங்களுக்கு எவரும் இல்லை என்று உலகம் முகத்தில் அடித்துச் சொன்னது. இதுதான் விதி என்று யாபேரும் எங்கள் தலையில் எழுதினார்கள்.

என்னால் இயலக் கூடியது என்று ஒரு பணி இருந்தது. அந்தப் பணியில் என்னைக் கரைத்தேன். நான்கு நாட்களுக்கு ஊர் ஊராய் உலைந்தேன். இரண்டு நாட்கள் அவற்றுக்காக அறிக்கை எழுதினேன். ஒரு நாள் கிடைக்கும் ஓய்வில் வீடு சென்றேன்.

3

மார்கழி மாத அறுகம்புல்லுப் பச்சையில் ஓடிய கை யொழுங்கையில் சிவலிங்கண்ணருடன் சைக்கிள் உழக்கினேன். "உதிலை நில் தம்பி. இந்தா ஓடிப்போட்டு ஓடியாறன்" என்றார். கோப்பாயின் வயல் தாண்டிய வெளியில் ஒரு கோயில் தேர்முட்டியடியில் நின்றேன். கணகணவென்று மணிச் சத்தம் கேட்க திருவெம்பாவைப் பூசை நடக்கிறது.

காலை ஆறு மணிக்கு முன்னர் நித்திரைப் பாயில்தான் சிவலிங்கண்ணரை அமத்தலாம். ஏழெட்டு நாட்களுக்கு மேல் உலைந்தாயிற்று. இன்று அகப்பட்டார்.

பலாலியிலிருந்து இந்தியனாமியின் பீரங்கிப்படை நீர்வேலி, கோப்பாய் வழியாக யாழ்ப்பாணம் செல்கிறது. போராளிகளால் கோப்பாயில் உக்கிர வழிமறிப்புச் சமர். யானைகள் புகுந்து துவம்சம் செய்ததுபோல கோப்பாயில் தோட்டங்கள் சிதைந்து கிடக்கின்றன.

பாதிக்கப்பட்ட தோட்டக்காரர்களின் பட்டியலை சிவலிங்கண்ணர் பணிமனையில் தந்தார். தந்தபோது வேதனை தேங்கிய முகத்தில், உழைத்துக் களைத்ததும் தெரிந்தது. காலை ஏழு மணிக்கு வீட்டைவிட்டு வெளிக்கிட்டால், பின்னேரம்

ஆறு மணி ஊரடங்குச் சட்டத்திற்கு அஞ்சி வீடு வந்து அடைகிறார். ஏன் என்று கேட்க வீட்டில் எவருமில்லை. ஊருக்கு உழைத்துத் திரிகிறார்.

ஆனால் எனக்கு வேலைகள் அதிகம். அறிக்கைகள் கொடுக்க வேண்டும். அவசர நிவாரண உதவிகள் செய்ய வேண்டும். புனர்வாழ்வுப் பணிகள் ஏராளம். ஓய்வில்லாத உலைச்சல். சிவலிங்கண்ணரும் போட்டு உலைக்கிறார். கோபம் வருகிறது. சிவலிங்கண்ணரை நித்திரைப் பாயால் எழுப்பிய போது, இவரையா கோபித்தேன் என்று பாவமாயிருந்தது.

பாதிக்கப்பட்ட தோட்டங்களைப் பார்வையிட வேண்டும். பாதிக்கப்பட்டவர்களுடன் நேர்முகம் செய்ய வேண்டும். சகலவற்றுக்குமான அறிக்கையை விரைந்து கொடுத்தால்தான் பயனும் விரைந்து கிடைக்கும். சிவலிங்கண்ணரை இன்னமும் காணவில்லை.

திருநீற்றுக் குறியுடனும் சந்தனப்பொட்டுடனும் சிவலிங் கண்ணர் கோயிலுள்ளால் வந்தார். “திருவெம்பாவையல்லோ? ஒருக்கா அம்மாளை எட்டிப் பாக்காட்டில் பொச்சம் அடங் காது” என்றார்.

“அண்ணை இனி உலையக்கட்டாது. இண்டையோடை எல்லாத்தையும் முடிச்சிடுவம்” என்றேன். “ஓமோம் தம்பி” என்று அவர் சொன்னபோது வாயிலிருந்து புகார் வந்தது. எட்டு மணி வெய்யில் ஏறினாலும் குளிர் குறையவில்லை.

இதுதான் வருசத்தில் மகிழ்ச்சியுடன் மலர்கின்ற காலம். குளங்கள் கரையை மேவி பொங்கிக் கிடக்கின்றன. வயல்களும் குளங்கள் போல் ததும்பி வழிகின்றன. ஊரெங்கும் பச்சை பூத்துக் கிடக்கிறது. தோட்டக்காரர்களுக்கு வேர்த்து ஒழுக தோட்டங்களுக்கு நீர் பாய்ச்சத் தேவையிருக்கவில்லை. காற்றி லும் ஈரலிப்பு. வாடைக்காற்று கடலைப் பொங்கப் பண்ணு கிறது. மனிதர்கள் எல்லோரும் புன்சிரிப்புடன் திரிகிறார்கள்.

ஆனால் இந்த வருசம் சிரிப்புகள் ஏதும் எவருக்கும் இல்லை. விரக்தியும் கறுத்தும் இழந்தும் போன முகங்களையே எல்லோரும் கொண்டிருக்கிறார்கள். “என்னய்யா உங்கன்னர தோட்டத்துக்கு என்ன நடந்தது?”

“என்னத்தைத் தம்பி சொல்ல? தோட்டத்துக்கு நடந்ததைச் சொல்லவோ அல்லாட்டில் குடும்பத்துக்கு நடந்ததைச் சொல்லவோ?”

சிவலிங்கண்ணர் கோப்பாய்ச் சந்தியின் தேத்தண்ணிக் கடைக்குக் கூட்டிப் போனார். “என்னத்துக்கண்ணை?

வேண்டாம். நான் இனி நீர்வேலிக்குப் போக வேணும். அங்கை ஏதும் பாப்பம்"

"இல்லைத் தம்பி. என்ரை வீட்டு நிலைமை தெரியும் தானே? ஒருவாய் தேத்தண்ணி தர வீட்டிலை ஒருத்தரில்லை. வெறும் வயித்தோட அனுப்பிற பழக்கமும் எனக்கில்லை ... உள்ளுக்கை வாங்கோ ... தம்பி, இரண்டு பேருக்கும் இடியப்பம் தாங்கோ. வடை சூடா இருக்கோ?"

4

ஒரு நாட் பகலில் உரும்பிராய் முற்றாக அழிந்தது. உயிர் தப்பியோர் என்றால் அந்த நாளில் ஊரில் இல்லாதோர் மாத்திரமே. உரும்பிராய்க் கிராமத்தின் சிறு துண்டு நிலத்தில் கூட எறிகணை வீழ்ந்து தகரம் கிழிந்தாற்போல டமாரென வெடித்தது. பதுங்கு குழியைத் தவிர அவர்களுக்கு உயிர் காக்க எதுவுமில்லை. சிங்கள இராணுவத்திற்கு அஞ்சிக்கட்டிய பதுங்குகுழிகள் இந்திய இராணுவம் வந்ததில் பற்றைகள் வளர்ந்து கிடந்தன. பாம்புகளும் குடியிருக்கலாம். மிக விரைவில் இந்திய இராணுவத்துக்காகவும் அந்தப் பதுங்குகுழிகளைப் பாவிக்க வேண்டும் என்று யார் கண்டார்கள்?

எதிர்த்து நிற்க யாருமில்லை. ஏனென்று கேட்கவும் எவருமில்லை. உரும்பிராய்க் கிராமத்துள் புகுந்த இந்திய இராணுவம் ஊருக்குள் ஒரு தலையையும் காணவில்லை. பதுங்குகுழிக்குள் தலைகள் தெரியாத இருட்டு. கண்ட பதுங்கு குழிகள் அனைத்திற்கும் அதன் பெருப்பத்தைப் பொறுத்து ஒன்று அல்லது இரண்டு அல்லது மூன்று கைக்குண்டுகளை உருட்டி விட்டுச் சென்றது இந்திய இராணுவம்.

சூரியன் பனந்தோப்புக்குள் இறங்கமுன் அங்கு இறந்தோர் ஐயாயிரம் பேர். அவர்களுக்காக ஒரு துளி கண்ணீர் உகுக்க அங்கு யாருமிலர். ஊளையிட நாய்கள் மாத்திரம் நின்றன.

"சொல்லுங்கோ கணேசண்ணை என்ன செய்வம்?" கணேசண்ணக்கு எதைச் சொல்வதென்று ஏதும் தெரியவில்லை. தோட்டங்கள் சிதைந்திருக்கின்றன. சில பெண்களிடம் கணவர் இல்லை. பல பேரிடம் எவரும் இல்லை. இவர்களுக்கு எது நிவாரணம்? எப்படி வழங்குவது? அவர்கள் துக்கித்துச் சொல்லும் கதைகளுக்குக் காது கொடுப்பதே உத்தமமான நிவாரணம்.

அ. இரவி

சிவத்தம்பிஅய்யா அதைத்தான் பொதுக்கூட்டத்தில் சொன்னார். அது முருகையாண்ணனுக்குத்தான் சொல்லப் பட்டது என்பது ‘ஊர்ந்து போகிற சிற்றெறும்புக்குக்’ கூடத் தெரியும்.

முருகையாண்ணனின் முன்னே காரைநகரிலிருந்து வந்த முதியவள் அமர்ந்திருக்கிறார்.

“சரி என்ன வேணுமெணை?”

“அய்யா. அண்டைக்கு ஆமீக்காரங்கள் ஊருக்கை வாறாங்கள். சூட்டுச் சத்தங்கள் ஒன்டும் கிடையாது மோனை. இந்தியனாமி எங்கன்ரை ஆமிதானே எண்டு போட்டு, நான் மறிக்க மறிக்க என்ரை மோன் வேலியாலை எட்டிப் பாத்திருக்கிறான் . . .”

“முதல் ஒப்பாரியை நிப்பாட்டு. உதெல்லாத்தையும்தானே இதிலை எழுதியிருக்கிறாய்? பேந்தும் திரும்ப ஏன் சொல்லுறாய்? இந்தா இதிலை கைநாட்டை வை, ஐடென்றி கார்ட் கொண்டந்தனியே?”

முகமெல்லாம் கறுத்து மடியைத் துளாவி அடையாள அட்டையை எடுத்தார் அவர்.

“இஞ்சார் ஐடென்றிகார்ட் கொண்டந்தனியோ எண்டுதான் கேட்டனான். காட்டச் சொல்லிக் கேட்டனானே? வை உள்ளுக்கை. சொன்னால் சொன்னதைச் செய்யுங்கோ”

இப்படி ஒன்று மாத்திரம் அல்ல, ஆனால் ‘கப்பலை மூழ்க வைத்த கடைசி மூட்டை’ ஆகிப்போனது இது. சிவத்தம்பிஅய்யா சனிக்கிழமை வேலை முடிந்த பின்னேரம் கூட்டம் வைத்தார்.

“அகதிகளுக்கான புனர்வாழ்வுப் பணியைத்தான் நாங்கள் செய்யிறம். இங்கு நாங்கள் யாவாரம் செய்யேல்லை. இது இராணுவ வன்செயல்களால் பாதிக்கப்பட்டோருக்கு உதவி வழங்குகிற நிறுவனம். ஆனால் மக்களுக்கு ஏற்பட்ட இழப்புகளுக்கு நாங்கள் கொடுக்கிற எதுவும் ஈடாகாது. மகனோ, கணவனோ, தாயோ, தந்தையோ, மகளோ, சகோதரமோ ஆரோ நெருங்கிய உறவுகளை இழந்து வாறவர்களுக்கு நாங்கள் எவ்வளவு கொடுக்கிறோம்? வெறும் மூவாயிரம் ரூபாதான். அந்த இழப்புக்கு அதுவா பெறுமதி? இழப்பு என்றால் வெறும் மரம் தறிச்ச மாதிரியா? அல்லது ஒரு நாய்க்குட்டி செத்தது மாதிரியா? கொஞ்சம் யோசிச்சுப் பாருங்கோ. இந்த இழப்பை எந்த வார்த்தையாலை சொல்ல முடியும்? இதை எப்பிடி எம்மால் விளங்க முடியும்? சொல்லுங்கோ ..!

ஒன்றை மாத்திரம் எல்லாரும் விளங்குங்கோ, மூவாயிரம் ரூபா காசை வாங்க மாத்திரம் அவர்கள் இங்கை வரேல்லை. தங்கன்ரை வேதனைகளைச் சொல்லி ஆற ஒரு இடம் வேணும். ஆறுதல் தேடித்தான் அவர்கள் வரீனம். நாங்கள் அவர்களுக்கு காசு கொடுக்கிறோமோ இல்லையோ அவர்கள் துன்பப்பட்டுச் சொல்ற கதைகளுக்கு காது கொடுக்க வேணும். அந்தக் கதை எங்களுக்கு ஏற்கனவே தெரிஞ்சதா இருக்கட்டுமன். பரவா யில்லை. அவர்களைச் சொல்ல விடுங்கோ. அவர்கள் தங்கள் சோகத்தைக் கொட்டுற இடமா அதை ஆக்குங்கோ. அவர்கள் தங்கள் மனவெப்பியாரம் எல்லாம் நீங்க அழுற வீடா இதை மாத்துங்கோ. மனித மனங்களைப் புரியிறதுதான் ஆகப்பெரிய மனிதாபிமானம் . . .”

நான் மாத்திரம் முருகையாண்ணனைப் பார்க்கவில்லை. யோகன், கீதாதேவன், சிவகுமாரி, முரளி, இவர்களும் பார்க் கிறார்கள். ஜெயாக்கா விசும்பி அழுகிறா. ஜெயாக்காவினால் யாரினுடைய கதையையும் கண்ணீர் இல்லாமல் கேட்க முடிவ தில்லை. பின்னேரப் புழுதிப் பொழுதின் அர்த்தத்தை மறுத்து நித்தி தேநீரும் வடையும் கொண்டு வருகிறார் . . .

5

வசாவிளானுக்குள் கால் வைத்தேன். அது இப்போது காடு பத்திக்கிடக்கிறது. பலாலி சிங்கள இரணுவமுகாமை அண்டிய ஊர் அது என்பதால் சனங்கள் ஐந்தாறு வருடங் களுக்கு முன்னரே வசாவிளானை விட்டுக் கிளம்பிப்போய் விட்டார்கள். இந்திய இராணுவம் வந்த பின்னரே வீடு. வாசல், வளவு, வயல், தோட்டம் எல்லாம் துளிர்க்கத் தொடங்கியது . . !

கண்களில் சிரிப்பை நிறைத்து வைத்து கிளியன் என்னைக் கொண்டு திரிந்தான். இவனிடம் இன்னமும் ஓயாத சிரிப்பு இருக்கிறது. என்னவென்று இப்படிச் சிரிக்க இவனால் முடிகிறது ?

எல்லோரும் அமைதி காக்க வந்தவர்களை மனமார நம்பினார்கள். இனி எங்கள் வீட்டில் உறங்கலாம். எங்கள் வளவில் உலாவலாம். எங்கள் அடுப்படியில் சமைக்கலாம். எங்கள் கோயிலில் கூத்துப் பார்க்கலாம் . . !

அப்படி நம்பியதில் கிளியன் குடும்பமும் ஒன்று. ஆனால் வனஸ்பதி நெய்யினதும், கந்தகத்தினதும் மணம் கலந்து ஊரெங்கும் பரவியது. இவன் வீட்டிலும் புகுந்தது.

"கையெடுத்துக் கும்பிடுறன் அய்யா. ஒருத்தரையும் ஒண்டும் செய்து போடாதையுங்கோ" என்று கிளியனின் அம்மா முற்றத்துக்கு வந்து கையெடுத்துக் கும்பிட்டா. அவா பேசியது தமிழ். அது இந்திய இராணுவத்துக்குப் புரியாது. ஆனால் கையெடுத்துக் கும்பிட்டதுமா புரியவில்லை? இந்தியா விலும் கையெடுத்துத்தானே கும்பிடுகிறார்கள்? அம்மாவின் வாய்க்குள் இரண்டு குண்டுகளை செலுத்தியது இந்திய இராணுவம்.

கிளியன் வாய்கொள்ளாச் சிரிப்புடன் வருகிறான். "என்னண்ணை செய்யிறது? இப்பிடிச் சிரிக்கிறது அம்மா விட்டை இருந்துதான் எனக்கு வந்தது. அப்பிடிச் சிரிக்காட்டில் அம்மாவை மறந்தது போலை எல்லோ அண்ணை"

சோளகம் குப்புற விழுத்துமாப்போலை வீசியது. புழுதியை யும் அள்ளி கண்ணுக்குள் பரவியது. "தூத்தூத்தூ ..." என்று வாய்க்குள் போன மண்ணை துப்பிக்கொண்டு வந்தான் கிளியன். "சுப்பிரமணியண்ணை இப்பவும் கொட்டிலை கட்டியிருப்பார் எண்டு நம்பிறீங்களோ அண்ணை" என்று கேட்டான் கிளியன்.

"போய்ப் பாப்பம்" என்றேன்.

"பத்தைகள் எப்பிடி முளைச்சிருக்கு எண்டோ? இப்பிடிக் கேட்டும் சிரித்தான் கிளியன்.

வீடுகள் சிதைந்தவர்களுக்குத் தற்காலிகக் கொட்டில் அமைக்க மூவாயிரம் ரூபா கொடுபடுகிறது. முதலில் கொடுக்கிற ஆயிரம் ரூபாவில் மரங்கள், காட்டுத்தடிகள், கிடுகுகள் வாங்கப் படுகின்றன. அவை வாங்கப்பட்டனவா என நான் பார்த்து எழுதும் அறிக்கை கண்டு ஆயிரம் ரூபா கொடுபடுகிறது. கொட்டில் எழும்பி இனிக் கூரைதான் என்றபோது மீதி ஆயிரம் ரூபா.

கொடுத்த ஆயிரம் ரூபாவில் சுப்பிரமணியண்ணை ஒரு மண்ணும் வாங்கியதாகக் காணவில்லை. "என்னண்ணை எவ்வளவு தரம் உலைஞ்சிட்டம். காசை வாங்கேக்கை மாத்திரம் ... வேண்டாம். உங்களுக்குக் கொட்டில் போட விருப்பமில்லையெண்டால் காசைத் தாங்கோ. நாங்கள் வேறை ஆருக்கும் உதவலாம்."

கிளியனின் சிரித்த வாய் மூடிவிட்டது. காற்றும் நின்று விட்டது. சுப்பிரமணியண்ணை சடக்கென்று உள்ளே போய் விறுக்கென்று வெளியே வந்தார்.

"கொண்டு போங்கோ உங்கன்ரை பிச்சைக்காசை" என்று ஆயிரம் ரூபாத்தாளைச் சுழட்டி எறிந்தார். ஆலம்பழுத்தல் பொறுக்கிற மாதிரி அதை எடுத்தேன். மனசு நொந்தது. சுப்பிரமணியண்ணரை துக்கப்படுத்திப் போட்டேன். இது பிழையா? இந்தக் காசை மங்களேசண்ணருக்குக் கொடுத்திருக் கலாம்.

6

நாவற்குழிப் பாலம் தாண்டி எதிர்க்காற்றில் சைக்கிள் உழக்கி மறவன் புலவு போனேன். நாவற்குழிச் சந்தியில் இந்திய இராணுவம் வீதி நிறைந்து நின்றது. அதற்குள்ளால் சைக்கிள் ஓட இயலாது. ஒரு இராணுவத்தானிலாவது சைக்கிள் முட்டுப்படும். அவன் சடக்கென அடிப்பான். அவர்கள் மொந்துவார்கள். என் கோபமும் பொல்லாதது. என்னவோ என் முகத்தில் யாரினது கை பட்டாலும் என் கையும் அவர்கள் முகத்தை நோக்கி உடனேயே நீண்டு விடுகிறது. எதற்கு வீண் வில்லங்கம்? நான் சைக்கிளை உருட்டிக்கொண்டு போனேன் !

வேர்த்துக் கொட்டிய அந்த வெய்யிலுக்கு பூவரச நிழலின் கீழ் பனங்குற்றியில் மூன்று இராணுவத்தான்கள் இருந்தனர். ஒருவன் ஏதோ சொன்னான். எதுவும் விளங்கவில்லை. சைக்கிளைத் தூக்கிக்கொண்டு நட என்று சைகையால் சொன்னது விளங்கியது. சைக்கிளைத் தூக்கி ஐம்பது யார் நடந்தேன். அங்கு திரிந்த இராணுவத்தான்கள் சிலர் கெக்கலி கொட்டிச் சிரித்தான்கள். பிறகு ஒருத்தன் சைக்கிளை ஓடு என்று சைகை செய்தான்.

நட்டநடு வெய்யிலில் நெட்ட நெடுங்குத்தியாக பனை களும் பரிதவித்து நின்றன. முதுகு சேர்ட்டின் வேர்வையையும் தாண்டி சூரியன் குத்தினான். மங்களேசண்ணர், வீட்டு விறாந்தையில் "ஸ் அப்பாடா . . ." என்று புழுக்கம் போக்கி நின்றார்.

உடைந்த வீடுகளையும் சிதைந்த தோட்டங்களையும் பார்த்தாயிற்று. உறவுகளை இழந்தோரிடம் நேர்முகம் செய் தாயிற்று. ஒன்று மாத்திரம் நெஞ்சில் உறுத்திக்கொண்டே யிருந்தது. "இவன்கள் எவ்வாறு என்னைச் சைக்கிளைத் தூக்கிக்கொண்டுபோகச் சொல்ல முடியும்? தூக்கிக்கொண்டு போவதைப் பார்த்து கெக்கலி கொட்டிச் சிரிக்க இவன்கள் யார் ?

"சாப்பிட்டுப் போகலாம்" என்றார் மங்களேசண்ணர். கோயில் திருவிழாவின் விரதச் சாப்பாடு. தயிர் புளித்த

ஒரு ருசியைத் தவிர வேறெதுவும் உணரவில்லை. வெத்திலை பாக்கின் கசப்பு ருசித்தது. பிறகுதான் மங்களேசண்ணர் சொன்னார்:

வருகிற வழியில் புளியடி முடக்கு தாண்டிய பிறகு வருகிற பெரிய கல்வீடு மங்களேசண்ணரின் தங்கையினுடையது. 'எறிகணை வீச்சில் வீட்டின் ஒரு பகுதி சேதம். வீட்டில் வசிக்கலாம். ஆனால் கொட்டில் போட ஏதும் உதவி செய்ய ஏலாதா? அண்ணர் ஊர்த்துழாவாரங்களோடு தானே மினக்கெடுகிறார். இந்த ஓர் உதவி தங்கச்சிக்குச் செய்யக்கூடாதா?'

மங்களேசண்ணர் அதனை என்னிடம் கேட்டார். இதற்கு எப்படி நான் உதவலாம்? வசதியானவர்கள். வீட்டில் வசிக்கவும் முடியம். இது இழந்தோருக்கான எதுவும் இல்லாதோருக்கான புனர்வாழ்வுத் திட்டம். ஏது செய்ய முடியும்? நாக்கு நனைத்திருக்கக்கூடாதோ? நக்குண்டு நாவிழந்துவிட்டேனோ?

"மங்களேசண்ணை, என்னைக் கோவியாதையுங்கோ. இதுக்கு எனக்கு அதிகாரமில்லை. நீங்கள் சேதமான வீட்டை போட்டோ எடுத்து அதைக் காட்டி ஒவ்வீசிலை கதையுங்கோ. என்னாலை ஒண்டும் செய்ய ஏலாதண்ணை"

"அதொண்டும் பிரச்சினையில்லை. நீங்கள் ஒண்டும் யோசியாதையுங்கோ" என்றார் மங்களேசண்ணர்.

சுப்பிரமணியண்ணர் காசைச் சுழட்டி எறிகிறார். மங்களேசண்ணருக்குக் காசு தேவைப்படுகிறது. இதில் நான் என்ன செய்யலாம்? எதையும் தீர்மானிக்க எனக்கு என்ன அதிகாரம் இருக்கிறது? நிறுவனம் பணித்ததை ஒழுங்குபட நேர்ப்படச்செய்தல் தான் என் கடன்.

அப்படித்தானா? அவ்வளவும்தானா? அதற்கப்பால் என் பங்கு என்று ஏதும் இல்லையா? அப்படியெனில் தனமக்காவிற்கு நான் செய்தது என்ன? அது என் அதிகார வரம்பிற்கு உட்பட்டதுதானா?

7

பனங்கூடலின் மருங்கிய ஒழுங்கையில் சைக்கிள் உழக்கினேன். பல்லவன் போகிற பாதை பார்த்துப் போனேன். வெக்கையின் உக்கிரத்திற்கு பனங்கூடலின் குளிர் காற்று ஆறுதல் செய்தது. அது வடலியடைப்புக் கிராமம். பனங்கூடல்

முடிந்த பின் வருகிற கொட்டில் வீட்டின் முன் பல்லவனின் சைக்கிள் தரித்தது.

“வீட்டுக்காரர், வீட்டுக்காரர்” என்று பல்லவன் குரல் வைத்தான். கொட்டிலிலிருந்து வெளிப்பட்டவர் தனேஸ்வரி என்று என் கையிலுள்ள விபரம் சொல்லிற்று. தனேஸ்வரியைப் பார்த்தேன். சட்டென்ற ஆச்சரியம் எனக்கு. இவாவை இந்த இடத்தில் நான் எதிர்பார்க்கவில்லை. ஆறேழு வருடங்களுக்கு முன் அவா என்னைக் கிளர்ச்சியூட்டுபவராக இருந்தா.

ஒருநாள் இரவு புதினமாகவும் இரகசியமாகவும் குமார் சொன்னான், “மைச்சான் இண்டைக்கு ஒரு அடிசரக்கைக் கண்டன்ரா”

மிக்க ஆவல் மீதூர விபரம் கேட்டேன். குமார் யாழ்ப்பாணப் பட்டணம் போனான். காற்று வாங்க பண்ணைப் பாலம் வரை நடந்தான். திரும்பி முனியப்பர் கோயிலடி வந்தான். றீகல் படமாளிகைக்கு முன்னால் ஒரு கிழவி கடலை விற்றுக்கொண்டிருந்தார். பக்கத்தில் ஓர் இளம்பெண், குமார் கடலை வாங்கினான். இளம்பெண்தான் கண்ணடித்து குமாரின் கையைக் கிள்ளி கடலையைக் கொடுத்தா. குமார் “நேர மிருக்கோ?” என்று மோட்டுத் துணிச்சலில், கேட்டான். “இப்ப வரட்டோ?” என்று அவா கேட்டா.

அடுத்த நாள் குமாருடன் போனேன். அவா அதே இடத்தில் இருந்தா. “என்ன தம்பி ஓடிட்டாய்?” என்று கண் சிமிட்டிய விசமச் சிரிப்பு. அந்தச் சிரிப்பு என்னைச் சுண்டியது. என்னைத் தின்றது. நான் அவாவின் சொண்டுகள் அசை வதைப் பார்த்தேன்.

நானும் குமாரும் ஒன்று செய்தோம். எப்போது யாழ்ப்பாணப் பட்டணம் போனாலும் முனியப்பர் கோயி லடிக்குப் போனோம். அவாவைக் காணமுடியாத சில நாட்களில் என்னை ஒரு ஏக்கம் தின்றது. சோளகக் காற்றும் சேர்ந்து என்னை நெருப்பில் போட்டது. ஏதும் புத்தகமும் வாசிக்க முடியாமல் இரவில் திணறிக் கிடந்தேன். இருளில் துழாவினேன்.

பின்னர் அவாவை நவீன சந்தையின் மேல்மாடியில் காணலாம் என அறிந்தேன். “என்ன தம்பி வேணும்?” என்று கண்சிமிட்டி ஆளைக் கொல்லும் கள்ளச்சிரிப்பு சிரிப்பா. அன்றிரவுக்கு அது என்னை நிறையவே உலைக்கும்.

ஒன்றும் செய்ததில்லை. அவாவின் சின்னி விரலைக் கூடத் தொட்டதில்லை. “என்ன தம்பி வேணும்?” என்று அவா கேட்பது ஒன்றே என்னை உலுப்பி எடுத்தது.

இங்கே இப்போது பல்லவன் காட்டிய கொட்டிலில் அவா நிற்கிறா. என்னைத் தெரிந்த மாதிரிக் காட்டவில்லை. என்னை மறந்தாவோ? அல்லது எல்லாவற்றையும் தான் மறந்துவிட்டாவோ?

முற்றத்தில் வெள்ளை மணல் விரிந்திருந்த பெரிய கொட்டில் வாசலுக்கு வேப்பமரம் இருந்தது. எட்டி அள்ளக் கூடிய கிணற்றைச் சுற்றி செவ்வரத்தமரங்கள். கொட்டிலின் பெரும்பகுதியை நெருப்பு தின்றிருந்தது.

“என்ன நடந்தது?” என்று கேட்டேன். “என்னத்தைத் தம்பி சொல்ல?” என்றா. வாழ்வு தின்ற மனிதர்கள் யாவரும் “என்னத்தைச் சொல்ல?” என்ற கேள்வியுடன் தான் தங்கள் துக்கத்தைச் சொல்லத் தொடங்குகிறார்கள்.

தனமக்காவிற்குக் கொட்டில் கட்டிக் கொடுக்க மாத்திரம் நான் ஒருப்படவில்லை. அவாவிற்கு வேறேதாகிலும்கூடச் செய்ய வேண்டும். என்ன செய்யலாம்? இப்படியெல்லாம் யோசிக்க என்னை உந்தியது எது?

பல்லவன் இல்லாது நான் தனிய தனமக்காவிடம் போனேன். “தேத்தண்ணி குடியுங்கோ” என்று பித்தளை மூக்குப் பேணியில் வெறும் தேநீர் தந்தா. “எப்பிடியக்கா இருக்கிறியள்? என்னை ஞாபகமிருக்கா?” என்று கேட்டேன். “ஓம் தம்பி ஞாபகம் இல்லாமல்?” என்று சின்னதாகச் சிரித்தா. அது பழைய சிரிப்பு அல்ல. “தம்பி கலியாணம் முடிச்சாச்சோ?” என்றும் கேட்டா.

தலைவாசல் திண்ணையில் இருந்தேன். மற்றத் திண்ணையில் தனமக்கா சாய்ஞ்சு இருந்தா. தனமக்கா கிழவி ஆகிறா. கறுத்தத் தோலும், கொடும் வெய்யிலும், கடும் துயரும் அதைச் செய்கிறது.

“நான் எல்லாத்தையும் விட்டிட்டன் தம்பி. வேண்டாம். இந்த அரியண்டம் பிடிச்ச வாழ்க்கை வேண்டாம். என்னத்தைத் தம்பி நான் கதைக்க? ஒண்டும் கதைக்கவும் கூடாது. விடிய இரண்டரை மூண்டு மணிக்கு காசும் தராமல் வெருட்டியும் போட்டு அனாதரவா கீரிமலை பஸ்ராண்டிலை விட்டவங்கள் பிறகு ஏதோ இயக்கம் எண்ட பெயரிலை துவக்கும் கையுமா

வந்து "நீ உந்தத் தொழிலை விடவேணும். இல்லாட்டில் சுடுவம்" என்டிறாங்கள். என்னோடை ஒண்டடிமண்டடியாத் திரிஞ்ச நாகேசக்காவைச் சுட்டும் போட்டாங்கள். நாகேசக்கா என்ன பாவம் செய்தது? ரண்டு பிள்ளைகளைக் குடுத்திட்டு புருசன்காரன் கைவிட்டிட்டுப் போட்டான். பிள்ளைகளைக் காப்பாத்த நாகேசக்கா இந்தத் தொழிலுக்கு வரவேண்டியதாப் போச்சு. கடைசியா இந்த ரண்டு பிள்ளைகளும் அனாதரவாய் போனதுதான் மிச்சம். அது உந்தத் துலைவாங்களுக்குத் தெரியுமோ? துவக்கைத் தூக்கிக்கொண்டு தாங்கள் வைச்சதுதான் சட்டம் எண்டு திரியிறாங்கள்... இப்ப பாத்தால் அதே ஆக்கள் என்னை பஸ்ராண்டிலை அனாதரவா விட்ட அதே ஆக்கள், நாகேசக்காவைச் சுட்டுப் போட்ட அதே ஆக்கள், என்னைத் தொழிலை விடாட்டில் சுடுவம் எண்டு சொன்ன அதே ஆக்கள் சனங்களையும் வெருட்டிக்கொண்டு பண்டத் தரிப்புச்சந்தியிலை இந்தியனாமியோடை நிக்கிறாங்கள்..."

தனமக்கா பெருமூச்சு விடுகிறா. பிறகு பேசாமல் இருக்கிறா. "என்னக்கா யோசிக்கிறியள்?" என்றேன். "ஒண்டுமில்லை" என்றா. பிறகு சொன்னா: அம்மாவுக்கு அது வலு சந்தோசம். ஆனால் ஒரு வேதனை. தன்னோடை சேர்ந்து மகளும் பட்டினி கிடக்கப்போகிறாள். கலியாணம்? அது எங்களுக்கு எப்பிடி நடக்கும்? அம்மாவாலை ஏலாது. கூலி வேலைக்கு நான் போவன். நாத்து நடுகை. வெங்காயக்கிண்டு, அரிவி வெட்டு எந்த வேலை எண்டில்லை. இவை இல்லாவிட்டால் அரிசிமா இடிக்கப் போவேன். நாரி தெறிக்கும் ஆனால் கனநாளைக்குப் பிறகு இரவு நிம்மதியான நித்திரை.

"தம்பிக்கு களைப்பா இருக்கோ என்ரை கதை கேக்க?"

"அய்யோ, இல்லையக்கா. நீங்கள் சொல்லுங்கோ"

...இப்பிடி நடக்கும் எண்டு நான் எதிர்பார்க்கேல்லை. பொம்மர் வந்து குத்திச்சுது. செல் விழுந்து வெடிச்சுது. எல்லாத்துக்கும் பங்கருக்கு ஓடி ஒரு மாதிரி உயிரைக் கர்த்தம். இந்த அறுவாங்கள் வந்தாங்கள். இனி என்ன ஒரு பிரச்சினை யும் இல்லையெண்டு பங்கரை மூடினம். தூமைச்சீலைகள் வந்தாங்கள். எல்லாம் போச்சு. எல்லாம் போச்சு

தனமக்கா குனிந்தா. உடம்பு குலுங்கிற்று. சீலையிலை மூக்கைச் சீறினா. "பகல் பத்துமணி இருக்கும். முதல் நாள் ஒரு தீனும் இல்லை. நானும் அம்மாவும் சுருண்டு படுத் திருக்கிறம். மீன்காரன் கோண் அடிச்சுக்கொண்டு போறான்.

அந்த நேரம் தான் கொட்டிலுக்குப் பின்னாலை சரசரப்புச் சத்தம். பாத்தால் கொட்டிலைப் பிரிச்சுக்கொண்டு வாறாங்கள். அம்மாவுக்குக் கண் தெரியேல்லை. ஆர் மோனை ஆர் மோனை எண்டு கேக்கிறா. ஆனால் அம்மாவுக்கு விளங்கீட்டுது. அந்த நெய்மணம் ஊர் நாய்களுக்கே விளங்குது. அம்மாவுக்கு விளங்காதே ..?"

ஐந்து இந்திய இராணுவத்தான்கள் மாறி மாறி தனமக்கா மேல் விழுகின்றன. ஒரு இராணுவத்தான் தள்ளியதில் தன மக்காவின் அம்மா அம்மியில் மண்டை அடிபடக்கிடக்கிறா. "அய்யோ" என்று குழறவும் தனமக்காவுக்கு ஏலாமல் கிடக்கு. கண்ணீர் ஒழுக தன்னை "வலோத்காரப்" படுத்துவதைச் சகிக்கிறா. இறுதியாக முடித்தவன் எழும்பி தனமக்காவை உதைக்கிறான். ஏதோ ஒரு இந்தியப் பாசையில் காட்டமாகச் சொல்கிறான். அது வேசை அல்லது நாய் என்றிருக்கலாம்.

அவங்கள் போய்விட்டான்கள். சும்மா போகவில்லை. கூரை படபடவென வெடித்து எரிந்தது. தனமக்காவின் அடிவயிற்றின் கீழ் எதுவும் ஏலாது. வாய் அரியண்டமாய் இருக்கிறது. காறிக் காறித் துப்புகிறா. எழும்பிப் பாத்தா. தள்ளாடி விழுத்துது. ஏலாமல் அம்மாவை இழுத்து இழுத்து வெளியில் போட்டா. அம்மா வெள்ளை மணலில் விழுந்தா. அப்படியே விழுந்ததுதான், சூரியன், மேகமும் இரக்கமும் இல்லாமல் சுட்டது.

"தம்பி நாங்கள் சீவிக்கிறத்துக்கு ஏதும் உதவி செய்ய ஏலுமே?" அப்படிக் கேட்டபோது அவாவின் இரண்டு கைகளும் கூப்பி என்னைக் கும்பிட்டபடி நின்றன. அப்போது தான் அவாவின் கையைப்பிடித்தேன். "என்னைக் கும்பிடாதையுங்கோ அக்கா. நான் ஏலுமானதைச் செய்யிறன்."

எனக்கு அது பெரிய வேலையில்லை. விதவைகளுக்கான புனர்வாழ்வுத் திட்டத்தில் தனமக்காவின் பெயரைச் சேர்த் தேன். தனமக்கா விதவையா, இல்லையா? எனக்கு அதற்குப் பதில் தெரியவில்லை. தெரியத் தேவையுமில்லை. கொட்டில் எரிந்ததனால் கொட்டில் கட்டக் காசு கொடுக்கலாம். கொடுத் தோம் தாயை இழந்ததனால் உறவு ஒன்று இழந்தது என்றும் ஏதும் செய்யலாம். செய்தோம். விதவைகளுக்கான புனர் வாழ்வில் தனமக்காவைச் சேர்க்கலாமா?

சேர்த்தேன்.

8

இராசனிடம்தான் அந்தப் பணி கொடுபட்டிருந்தது. சுமார் நூறு ஆடுகளை இராசன் சேகரித்தார். ஊர் ஊராகத் திரிந்து ஆடுகளை ஓட்டி வந்தார். ஒவ்வொரு மாதமும் அப்படிச் சேகரிப்பது ஏலுமான காரியமில்லை. வேர்க்க வேர்க்க ஆனைக் கோட்டை ஒழுங்கைகளுக்குள்ளும் அப்பால் கிராமங்களுக் குள்ளும் இராசனைக் காணலாம்.

பொழுதுபட இடையிடை இராசனிடம் போனேன். "எப்பிடி வேலைகள் நடக்கிறதா?" இருபதாக இருந்த ஆடுகள் முப்பதாயிற்று. அது நூறைத் தொட்டது ஒரு பின்னேரம். களைத்த அந்தப் பின்னேரத்துக்கு ஒரு முட்டி கள்ளைக் கொண்டுவந்தார் இராசன்.

"கருவாட்டை சுட்டு தாடியெணை" என்று குசினிக்குக் குரல் வைத்தார். "ஒரு பனைக்கள்ளை அப்பிடியே மார்க்கண்டப்புவிட்டை வாங்கிக்கொண்டு வந்திட்டன்" என்றார். கள்ளுக் குடிக்க, எனக்குக் கழுவித் துடைத்த கிளாசும் அவருக்குச் சிரட்டையும் இருந்தன. நான் மாட்டேனென்று திண்ணையில் கவிழ்ந்து கிடந்த சிரட்டையை எடுத்தேன். சிரட்டையைப் பறித்து ஓடிப்போய் கிணற்றடியில் கழுவிக் கொண்டு வந்தார்.

"அண்ணை இப்பதான் எனக்கு வாழ்க்கையிலை ஒரு பிடிப்பு வந்திருக்கு. என்ன செய்யப்போறன்? எப்பிடி உழைக்கப் போறன் எண்டு ஒவ்வொரு நாளும் ஒரே யோசினை. பனை ஏற ஏலாமல் பண்ணிப் போட்டாங்கள். அந்த மாதிரி அடியண்ணை. தோட்டத்திலை போய் சாறுறதோ, பாத்தி கட்டிறதோ எந்தக் கூலி வேலையும் செய்ய ஏலாது. நாரி நாரி எண்டு பாத்து துவக்குப் பிடியாலை அடிச்சாங்க ளண்ணை. சொல்ல வெக்கம், மனிசியோடை படுக்கவும் முடியாதண்ணை ...என்ன... கருவாடு சுட்டிட்டியே? கொண்டாவணெணை..."

இனி மினைக்கெடுவதற்கு ஒன்றுமில்லை. நூறு ஆடு ஆயிற்று. லொறி பிடித்துக்கொண்டு போய் ஒவ்வொரு வீட்டி லும் இரண்டு இரண்டு ஆடுகளாக இறக்க வேண்டும். விரை வில் இதை முடித்தால் அடுத்த மாதத்துக்கான புறொஜெக்றை துரிதப்படுத்தலாம்.

ஒரு ஐம்பது வீட்டிற்கு சனிக்கிழமை காலையில் அன்பை விதைத்தேன். கையெடுத்துக் கும்பிட்டோரைக் கண்டு

உடலெங்கும் கூச்சம் ஊர்ந்தது. கண்ணீர் சிந்தியோரைப் பார்த்து கண்ணும் மனமும் கசிந்தது. நான் என்ன செய்தேன்? என் கடனை மனதால் செய்தேன். அவர்கள் இழந்தவற்றுக்கு இது ஒரு பொருட்டா? அந்த அந்தகார இருட்டுக்கு இது மிகமிகச் சிறிய விளக்கு.

தனமக்கா கையெடுத்துக் கும்பிட்டா. கண்ணீர் உருண்டது. "பின்னேரம் ஒருக்கா வாறீங்களோ தம்பி?" கேட்டா. லொறிச் சாரதியும் ஆடுகளை இறக்கியதில் தனமக்காவுடன் ஒன்றும் பறையவில்லை. "எதுக்குக் கூப்பிட்டிருப்பா?"

பின்னேரம் சைக்கிள் எடுத்து உழக்கினேன். இந்தப் பின்னேரம் அழகையும் தூய்மையையும் அன்பையும் பரப்பிக் கொண்டிருந்தது. தனமக்கா முழுகி, பொட்டும் வைத்து சுத்தமான அழகில் நின்றா. முற்றத்தில் இருக்கப் போன என்னை "உள்ளுக்கை வாங்கோ" என்றா. உள்ளே இருட்டாக இருந்தது. நெருப்புக்குச்சி சர்ரென உராய்ஞ்சியதில் போத்தல் விளக்கு சட்டென எரிந்தது.

பாயை விரித்து, "இருங்கோ தம்பி" என்றா. கண்ணில் கருணை வழிந்த புன்னகை நின்றது. அது காதல் நிறைந்ததா யும் இருக்கலாம். சீலையைக் கழட்டிக்கொண்டு "வேணு மெண்டா என்னை எடுங்கோ" என்று சொன்னா. தனமக்கா வின் சொண்டு நெளிப்பைக் கனகாலத்துக்குப் பிறகு கண்டன். குறும்பு விரிய "இப்ப நான் வலு சுத்தம். ஒரு நோயும் வராது. பயப்பிடாதையுங்கோ" என்றா.

"என்னக்கா கதைக்கிறியள்?" என்று எழும்பினேன். தன மக்காவைக் கட்டிப்பிடித்து இரண்டு கன்னத்திலையும் கொஞ்சினேன். சுழித்த சொண்டுகளை என்ரை வாய்க்குள் அடக்கினேன். "எனக்கு இது காணுமக்கா" என்று உடன் வெளியில் வந்தேன். வேப்பமரம் சரசரத்து வெளிச்சத்தைக் கசியவிட்டது.

"அக்கா நான் வெளிக்கிடுறன். ஒண்டுக்கும் யோசியாதை யுங்கோ" என்றேன்.

"என்ன வந்திட்டு உடனை ஓடுறது? பால்தான் குடிக் கேல்லை. தேத்தண்ணியாவது குடிச்சிட்டுப் போறது" என்று கண்ணடிச்சு சிரிச்சா. சொண்டுச் சுழிப்பும்கூட. ஆனாலும் தனமக்காவின் முகத்திலை இப்ப நல்ல வெளிச்சம்.

லக்ஸ்பிறே கரைத்து சாயம் கசந்த சுவை மிக்க தேநீர் தந்தா. "அக்கா நான் இங்கை அடிக்கடி வருவன். உங்களுக்கு என்ன தேவையெண்டாலும் என்னட்டை தயங்காமல் கேளுங்கோ. நான் ஒருத்தன் இருக்கிறன் எண்டதை நம்புங்கோ" தனமக்கா என் கையைப் பற்றி தன் கண்ணில் ஒற்றினா. "நல்லது தம்பி. நான் தெம்பா இருக்கிறன்."

மைம்மல் பொழுதுக்கு சைக்கிள் உருண்டது. தனமக்கா விற்கு "அது" தேவைப்பட்டதோ? அல்லது எனக்குத் தன் நன்றியறிதலைத் தெரிவிக்க அதை விரும்பினாவோ? எதுவாய் இருக்கட்டுமன். புனிதமான பணிக்கு இது சரிதானா? குந்தகம் ஆகாதா? விமலேஸ் ஐம்பது மைல் சைக்கிள் உழக்குகிறான். முறிப்புக் குளத்தில் உடுப்புத் தோய்த்து அகதிகளுக்குக் கொடுக் கிறான்.

நானென்ன செய்கிறேன்? சிவலிங்கண்ணர் வடையும் இடியப்பமும் வாங்கித் தருகிறார். மங்களேசண்ணரிடம் சோறு வாங்கித் தின்கிறேன். இராசன் கள்ளு வார்த்துத் தருகிறார். இங்கே இப்பொழுது தனமக்காவைக் கட்டிப் பிடித்து இரண்டு கன்னத்திலும் கொஞ்சுகிறேன். சொண்டைக் கடிக்கிறேன். அப்போது கிளர்ச்சி அடைந்தேனா இல்லையா? என்ன செய்கிறேன் நான்? தனமக்காவுடன் "மேலும்" போகவிடாமல் என்னைத் தடுத்தது எது? இந்த இடத்தில் ஒன்று சொல்ல ஒருவள் பற்றிச் சொல்ல ஒன்றுண்டு.

அது மல்லிகா!

9

அது சைக்கிள் உழக்கிப்போக முடியாத் தூரம். பேருந்துப் பயணத்தில் வியர்க்காது. யன்னலோர இருக்கை மாத்திரமல்ல; காலை நேரப் புறப்பாடும் காரணம். வெள்ளன எழுந்து வெளிக்கிட்டேன். அந்தக் கடல்புறத்தில் மத்தியான வெய்யிலில் உலைய ஏலாது. அதனால் விடிகாலையே உசிதம் எனப் புறப்பட்டேன். ஆனால் உலையும்படி ஆயிற்று.

கடலைப் பார்க்க முதல் அது நிகழ்ந்தது. தொண்ட மானாறைத் தாண்டிய பிறகு உடுப்பிட்டியைத் தொட முதல் இந்திய இராணுவ முகாம் ஒன்றிருந்தது. வீதியின் குறுக்கு மறுக்குமாகப் பனங்குற்றி வைத்து பல தடைகள் போடப் பட்டிருந்தன. பேருந்துச்சாரதி தானும் சரிந்து மடக்கி மடக்கி பேருந்தைச் செலுத்தினார். ஓரிடத்தில் அது பனங்குற்றியை மெல்லத் தட்டிவிட்டது. சாரதி பேருந்தை நிறுத்தினார்.

அ. இரவி

இந்தியனாமி ஒருவன் விசுக்கென ஓடி வந்தான். சாரதியை இறங்கச் சொன்னான். துவக்குப் பிடியால் போட்டுக் குத்தினான். சப்பாத்துக் காலால் உதைத்தான். சாரதி தென்னை மரத்தடியில் போய் விழுந்தார். சாரதியின் நெற்றியிலும் மூக்கிலும் இருந்து இரத்தம் வழிந்தது. முகம் அதைச்சுப்போய்க் கிடந்தது.

எல்லோரையும் பேருந்தால் இறங்கச் சொன்னான். அரக்குப்பட்ட பனங்குற்றியை நேராக வைக்கச் சொன்னான். ஒருவர் சாரதியிடம் போய் வேட்டியை கிழித்து இரத்தத்தைத் துடைத்தார்.

ஆண்கள் அனைவரையும் இந்தியனாமி தன் பின்னால் வரச் சொன்னான். சுமார் இருநூறு யார் தூரம் கூட்டிப் போனான். அடுக்கி வைத்திருந்த ஐந்து பனங்குற்றிகளைக் காட்டி தூக்கிப் போகச் சொன்னான்.

பனைமரம் எத்துணை வயிரம் பாய்ந்தது? தறித்துப் போட்டவன் கூட யாரோ தமிழனாய்த்தான் இருக்க முடியும். அந்த வலிமை வாய்ந்ததை எப்படித் தூக்கிப் போகலாம்? ஒவ்வொரு பனங்குற்றியையும் குனிந்தும் காலால் உதைத்தும் உருட்டிக்கொண்டு வந்தோம்.

இன்னொரு இந்தியனாமி வனஸ்பதி நெய்யில் சுட்ட ரொட்டிகளைக்கொண்டு வந்தான். “இதைத்தின் இப்படி உரமாக இருக்கலாம்” என்று பனங்குற்றிகளைக் காட்டி சைகை செய்தான். வலிமை பற்றி எங்களுக்கு வகுப்பு எடுக்க இவன் யார்? நெடுத்த பனைபோல் நிற்போர்; வயிரமான பனை போல் வாழ்வோர் நாம். ரொட்டியை வாங்கி எவரும் உண்ணவில்லை. தென்னை மரத்தில் சாய்ந்திருந்த சாரதி எழும்பி பேருந்தை இயக்கினார்.

பருத்தித் துறையில் இறங்கி டொக்ரர் முருகானந்தம் கிளினிக்கில் புத்தகக்கடை வைத்திருந்த குலசிங்கண்ணரிடம் சைக்கிளை எடுத்துக்கொண்டு கந்கோவளம் போனேன். பேருந்து ஓடும் இடமல்ல அது. மணல் ஒழுங்கையில் நாரியால் தெண்டி சைக்கிள் உழக்கினேன்.

இது விதவைகளுக்கான புனர்வாழ்வு. வழங்குவது ஆடுகள் அல்ல. கோழிப்பண்ணை அமைத்துக் கொடுப்பது இவர்களுக்கான திட்டம். கோழிக்கூடு அமைத்து பத்துக் குஞ்சுகளைக் கொடுத்து அவற்றுக்கான தீவனத்தையும் வழங்குவது.

பக்கத்து வளவில் முருங்கைக்காய் ஆயப் போயிருந்த குகராஜாவை பதுங்கியிருந்த இந்தியனாமி சுட்டது. அதனால் கைம்பெண் ஆகியிருந்தாள் ஒருத்தி. மூன்று பிள்ளைகளின் தாயான வள்ளிநாயகிக்கு பத்துக் கோழிக்குஞ்சுகளால் எப்படிச் சாப்பாடு போட முடியும்?

ஜெயக்குமார் பணி முடிந்து ஈருருளியில் வருகிறார். யோகநாயகிதியேட்டரடியில் இந்தியனாமியுடன் நின்ற ஒருவன் ஜெயக்குமாரை மறித்து ஏதோ விசாரிக்கிறான். ஜெயக்குமார் திரும்ப ஈருருளியில் பயணப்பட அவன் ஜெயக்குமாரைச் சுடுகிறான். பாலசரஸ்வதிக்குக் கவலை அப்பா எங்கே என்று கேட்கிற இரண்டு வயதுத் தமிழினிக்கு என்ன பதில் சொல்வது? பத்துக் கோழிக்குஞ்சுகள் தமிழினிக்கு விளையாட்டுக் காட்டப் போதுமாயிருக்கலாம். அப்பா எங்கே என்ற கேள்விக்குப் பதில் சொல்ல முடியுமா?

போக வேண்டாம் என்றுதான் பவளம் தடுத்தா. அம்மன் கோயிலில் பயந்து போய் எல்லாரும் இருக்கிறார்கள். பிள்ளை களுக்கு சாப்பிட ஒன்றும் இல்லை. வீட்டில் இருக்கிற அரிசியைக் கொண்டு வந்தால் கஞ்சி காய்ச்சலாம். அரிசி எடுக்க ஆனந்தன் வீடு போனார். இன்றும் சிலர் அவருடன் கூடிப் போயினர். சிறிது நேரத்தில் துவக்கு வெடிச் சத்தங்கள். அதன் பிறகு ஆனந்தன் வரவில்லை. மற்றவர்களும் இல்லை. பவளத்திற்கும் அவரது இரண்டு பிள்ளைகளுக்கும் பத்துக் கோழிக்குஞ்சுகள் எவ்வளவு நாளைக்குச் சாப்பாடு போடும்?

போன மற்றவர்களில் மூவர் தம் மனைவிமாரை கைம் பெண் ஆக்கியிருந்தார்கள். ஏழு பிள்ளைகளுக்கு தந்தையர் இல்லை. ஜெகதாம்பிகையின் அழுகை இன்னமும் ஓயவில்லை. இனி அழுது என்ன பிரயோசனம்? பிள்ளைகளைக் கவனமாகப் பார்க்க வேண்டுமே என்று புவனேஸ்வரி எழுந்திருக்கிறா. "எனக்குக் கோழிக்குஞ்சுகள் என்னத்துக்கு? என்ரை அவரை எனக்குத் தாங்கோ. தெய்வமே இந்த அனியாயத்தைப் பார்த்துக் கொண்டு நீயும் இருக்கிறியோ?" என்று கைக்குழந்தையைத் தூக்கி வைத்து புனிதா கதறுகிறா.

இந்த வேலையில் இதுதான் வலி. எல்லாரினதும் துக்கச் சிலுவைகளைச் சுமக்க வேண்டும். எல்லாம் விம்பமாக மனதுள் விரியும். துக்கபாரம் அழுத்தி இராக்களில் நெஞ்சு வலிக்கிறது. கனாக்கள் காலைக் கையைப் போட்டு நிலத்தில் அடிக்க வைக்கின்றன.

பவளத்தின் கணவன் உடல் வீங்கிக் கிடக்கிறார். குகராஜா முருங்கை மரத்தின்கீழ் விழுந்து கிடக்கிறார். யோகநாயகி தியேட்டரில் படம் பார்த்துவிட்டுப் போகிற சனங்கள் ஈருருளியுடன் முகம் குப்புற வீழ்ந்து கிடக்கிற ஜெயக்குமாரைப் பார்த்து ஒதுங்கிப் போகிறார்கள். புவனேஸ்வரியினதும், ஜெகதாம்பிகையினதும், புனிதாவினதும் கணவன்மாரின் உடலங்களை இந்தியனாமிக்குத் தெரியாமல் மண்ணெண்ணெய் ஊற்றிக் கொளுத்துகிறார்கள் . . .

10

பூவரசு நிழல் வெய்யிலைத் தடுக்க மிகத் திணறிய அந்த ஒழுங்கையில் சைக்கிள் உழக்கினேன். மணல் நிறைந்த ஒழுங்கை தாண்டி மல்லிகா வீடு நிமிர வேண்டும். சணல் கயிறு அவிழ்த்து படலை திறந்தேன். சைக்கிளை வேம்பில் சாத்தி "வீட்டுக்காரர், வீட்டுக்காரர்" என்று கத்தினேன். வாசற்கதவு திறந்து ஓர் இளம்பெண் வெளியில் வந்தார். மிக அழகிய மிக இளம்பெண். "மல்லிகா?" என்றேன். "நான் தான்" என்றார். இருபத்தொரு வயது என்று கையிலிருந்த விபரம் சொல்லிற்று. இருபத்தொரு வயதில் இவள் கைம்பெண்ணா ?

என் விபரம், பணி எல்லாம் சொன்னேன். "அம்மா" என்று கூப்பிட்ட மல்லிகாவின் குரலுக்கு கிழவியை நோக்கி நகர்கிற அம்மா கண் பூஞ்சியபடி வந்தார். தலைவாசல் திண்ணை வாங்கில் இருந்து "சொல்லுங்கள்" என்றேன். "தம்பி வெய்யில்லை வந்திருக்கு. பாவம் களைச்சுப் போயிருக்கும். தேசிக்காய் கரைச்சுக்கொண்டு வாவன்" என்றார் அம்மா.

"என்னத்தைத் தம்பி சொல்லுறது? கடவுளை நோகிறதோ, விதியை நோகிறதோ? இந்த இளம் வயசிலை புருசனைத் தின்னக் குடுத்திட்டு நிக்கிறாள் பாவி. பெத்த வயிறு பத்தி எரியுது தம்பி . . . இந்தியனாமி வந்தாப் பிறகு ஆவணி மாசம்தான் இவளைக் கட்டிக் குடுத்தது. புரட்டாசி, அய்ப்பசி, கார்த்திகை மூண்டு மாசம்தான் . . . ம் . . . மார்கழி மாசத்திலை எல்லாம் முடிஞ்சுது . . ."

அம்மா அப்படிச் சொல்கிறபோது மல்லிகா அழவில்லை. கண்ணில் எந்தச் சலனமுமில்லை. மொய்க்க வந்த இலை யானைக் கலைத்ததைத் தவிர உடலில் எந்த அசைவும் இல்லை.

“மல்லிகா, நீங்கள் சொல்லுங்கோ. என்ன நடந்தது?” மல்லிகா சொல்லத் தொடங்கினார்...

மல்லிகா வீடும் சேர்த்து அந்தப் பக்கத்தில் பன்னிரண்டு வீடுகளுக்குக் கோழிப்பபண்ணை அமைக்க வேண்டும். அதனை “மல்லிகா புறொஜெக்ற்” என்று மனதில் குறித்தேன். அது மனதின் ஓரத்தில் குளிர் காற்றை வீசச் செய்தது.

முதலில் இடம் தெரிவு செய்ய வேண்டும். யாவரும் வீட்டின் கோடியில் அல்லது வளவின் மூலையில் இடம் காட்டினார்கள். அவையெல்லாம் மரநாய்களும், கீரிகளும், பாம்புகளும் உலாவுகிற இடமாக இருந்தன. கோழிக்கூட்டின் கம்பி வலைக்குள்ளால் இவற்றினாலெல்லாம் புகுந்துவிட முடியாது. என்றாலும் இவற்றின் உலாவல் கோழிக்குஞ்சுகளுக்கு அச்சத்தைக் கொடுக்கும். தாயில்லாக் குஞ்சுகளின் பாதுகாப் புக்கு எந்தத் தைரியமும் இல்லை.

வீட்டுடன் சேர்த்துப் பத்தி இறக்கிக் கோழிக்கூடு அமைக்க வேண்டும் என்று பன்னிரண்டு வீடுகளுக்கும் இடம் தெரிந்தேன். எதற்கும் மையமாய் மல்லிகா வீடு இருந்தது. பன்னிரண்டு வீடுகளுக்கும் மல்லிகா பொறுப்பாக நின்று தெரிவு செய்த இடத்தை சுத்தமாக்கி திருத்தமாக்கினார்.

“மல்லிகா, முழு விபரங்களும் இந்த பைலிலை இருக்கு. வைச்சிருங்கோ. வாற புதன்கிழமை கோழிக்கூடு அமைக்கத் தேவையான சாமான்கள் லொறியிலை வருது. உங்கன்ரை வீட்டிலதான் இறங்கும். வந்த உடனை எல்லாரையும் வந்து எடுக்கச் சொல்லுங்கோ. எடுக்கேக்கை இந்தப் பேப்பரிலை கையெழுத்தையும் வாங்கிடுங்கோ. நான் அதுக்கு அடுத்த கிழமை கோழிக்கூடுகளைப் பாக்க வருவன்.”

முதல் நாள் வந்து பார்த்தபோது இருந்த மல்லிகாவாக இப்போது இல்லை. சில பொறுப்புகள் தன் தலையில் ஏற மல்லிகாவின் முகம் மலரத் தொடங்கிவிட்டது. “அப்ப நீங்கள் வாற கிழமை வர மாட்டீங்களா? வாங்கோவன். சாமான்கள் கொண்டு வாற லொறியிலை சும்மா ஏறி வாறதுதானே?” என்று சிரித்தார். கண்கள் வரச் சொல்லி மிக வேண்டி அழைத்தன. “இல்லை மல்லிகா வேலைகள் நிறைய இருக்கு”

“மல்லிகா புறொஜெக்ற்”றுக்குப் போவதற்கு பிறகு மோட்டசைக்கிள் தேவையாக இருந்தது. அதிகாலையில் குளித்து வெளிக்கிட்டு பேருந்து எடுத்து, யன்னல் திறந்த

வெக்கைக் காற்றில் முகம் கருகி பருத்தித்துறையில் இறங்கி குலசிங்கண்ணரிடம் சைக்கிள் எடுத்து, மணலில் தெண்டி உழக்கியதில் வேர்த்து ஒழுகி, தலை முழுக்கப் புழுதி படிந்து, மயிர் செம்பட்டையாகி... இந்தக் கோலத்துடன் முழுநிலவாக இருக்கிற மல்லிகா முன் எப்படி நிற்பது?

முரளியிடம் ஹொண்டா185ஐக் கேட்டேன். அவன் தருவான். நமது பணிமனை பெற்றோல் நிரப்ப காசு தரும். பிரச்சினை வேறு ஒன்று. முரளியின் பெயரில் மோட்டசைக்கிள் நிற்கிறது. என் பெயரிலும் ஓடலாம் என்ற அனுமதியை இந்தியனாமியிடம் பெற வேண்டும். கூடவே பருத்தித்துறை வழி போகலாம் என்ற அனுமதியும் வேண்டும். வேறு எந்த வழியிலும் மோட்டசைக்கிள் ஓடிவிட முடியாது. மேலும் பத்து லீற்றர் பெற்றோலுக்கான அனுமதியையும் பெற்றால்தான் எரிபொருள் நிரப்பு நிலையத்தில் பெற்றோல் நிரப்புவார்கள்.

இந்தியாவில் எங்கோ மூலையில் இருந்த தாடி வைத்து தலைப்பாகை கட்டிய ஒருவனிடம் எனது தேசத்தின் வீதி களில் எனது காசு செலவழித்து வாகனம் ஓட அனுமதி பெற வேண்டிய விதியை, இரண்டு நாட்கள் அசோகா ஹோட்டலின் முன் கால் கடுக்க வரிசையில் நின்று நான் நொந்தேன்.

வெய்யில் ஏறாத காலைக்கு மோட்டசைக்கிள் ஓடுவது இதமாக இருந்தது. மல்லிகாவின் அமிர்தமான தேசிக்காய்த் தண்ணி தேவைப்படாத நேரம். வீதியெங்கும் விசிறி இறைத்த வனஸ்பதி நெய்மணம் ஒன்றே மூச்சை அடைத்து எரிச்சலைத் தந்தது. அந்தக் காலைக்கு இந்தியனாமியும் சுளுவாக அனுமதி தந்தான். மறிக்கவில்லை.

"என்ன இண்டைக்கு வெள்ளனவோடையே வந்திட் டீங்கள்" என்று குளிர்ந்து சிரித்தாள் மல்லிகா. இவள் முகத் துக்கு குங்குமப்பொட்டு இன்னும் அழகைக் கொட்டும். அதை இடுவதற்கு ஆவன செய்ய வேண்டும் என்று யோசித்தேன்.

"ஒக்கேயா மல்லிகா? வேலைகள் எல்லாம் எப்பிடி?"

"வாங்கோவன். வந்து பாருங்கோ" என்று வீட்டுக்குப் பின் பக்கம் கூட்டிக்கொண்டு போனாள். கோழிக்கூடு அமைக்கப்பட்டிருந்தது. இன்னும் தொட்டாட்டு வேலைகளைச் செய்து செப்பனிட்டுக்கொண்டிருந்தார் ஒருவர்.

"இவர் செல்வன். எங்கன்ரை சொந்தக்காரர். ஆம்பிள்ளை இல்லாத எங்கன்ரை வீட்டுக்கு இவர்தான் உதவி" என்றாள்

மல்லிகா. செல்வன் வெட்கப்பட்டு நின்றார். வெய்யிலில் கறுத்த முகத்தில் கன்னம் ஒடுங்கி இருந்தது. "வேலைகள் எல்லாம் எப்பிடிச் செல்வன்?" என்று கேட்டு இணக்கமாகச் சிரித்தேன்.

"வாங்கோ" என்று தலைவாசலுக்குக் கூட்டிப்போனாள் மல்லிகா. பைலை கொண்டு வந்து தந்தாள். படிவங்களில் கோணல் மாணலான கையெழுத்துக்கள் இருந்தன. "மற்றாக்கள் வேலைகளை முடிச்சிட்டினமோ? போய் ஒருக்காப் பாக்க வேணும்" என்று வெளிக்கிட்டேன்.

"நில்லுங்கோ நானும் வாறன். மோட்டச்சைக்கிளிலை ஏறியும் கனநாளாச்சு" என்று சிரித்தாள் மல்லிகா. திரும்பி தீராந்தியில் கொளுவியிருந்த சட்டம் போட்ட துணைவரின் புகைப்படத்தைப் பார்த்தாள். ஒடுங்கிய முகம் சந்தன, குங்குமப் பொட்டுடன் இருந்தது.

"நாங்கள் கலியாணம் முடிச்சு ஒரு மாசத்திலேயே இந்தியனாமிச் சண்டை தொடங்கீட்டுது. சண்டை தொடங்க முன்னம் ஒவ்வொரு நாளும் அவரோடை எங்கையாகிலும் மோட்டச்சைக்கிளிலை போவன்" என்றாள் மல்லிகா. கண் கலங்கல் எதுவும் இல்லை. முகத்தில் ஒரு வாட்டம். "நில்லுங்கோ சீலை மாத்திக்கொண்டு வாறன்."

சேலையுடன் அழகும் இளமையும் மோட்டார்சைக்கிளில் ஏறின. இவளது பின்புற இருக்கையும் இனி நிரந்தரமாக எனக்குத்தானோ? இது ஒரு மைலில் இரண்டு மைலில் முடியக்கூடாத பயணம். மனசு நிறைய பத்து மைலாவது இந்தப் பயணம் இருக்க வேண்டும். இவளையும் அழைத்து என் அம்மாவிடம் இப்படியே போகவோ?

மணலில் மோட்டசைக்கிள் சிலீக் பண்ணியபோது விகற்பம் இல்லாமற் தோளைப் பிடித்தாள். கை பிணையாது எல்லா வீடுகளுக்கும் சோடியாகப் போய் இறங்கினோம். அப்போது எனக்குப் பெருமித நடை இருந்தது.

நான்கு வீடுகளில் கோழிக்கூடு முடிபடாதிருந்தது. மகிழ்ந் தேன். வாற கிழமையும் கற்கோவளத்திற்கு வரலாம்.

மல்லிகா கோபப்பட்டாள். "இவையள் என்ன ஆக்கள்? எல்லாத்தையும் குடுத்தால் வேலையை முடிக்க வேண்டியது தானே? இந்த வேகாத வெய்யிலிலை நீங்களும் நெடுக வந்து உலைய வேண்டிக்கிடக்கு"

எனக்கு அது வேகாத வெய்யில் என்று யார் சொன்னது? மல்லிகாவின் முகமும், சிரிப்பும், பூரிப்பும் எனக்குக் குளிர் பிடித்து கூதலோடப் பண்ணுகிறது அல்லவோ?

தலைவாழை இலைபோட்டு எனக்கும் செல்வனுக்கும் மத்தியானச் சோறு வைத்தார் மல்லிகா. மீன்குழம்பு. நெத்தலி போட்ட கத்திரிக்காய் பால்கறி, மரவள்ளிக் கிழங்குக் கறி, மீன்பொரியல்.

“வாழையிலையிலை மீனோடை தின்னுறது இதுதான் முதல் தரம்” என்றேன் மல்லிகாவிடம்.

“நீங்கள் எங்கன்ரை வீட்டுக் கோப்பையிலை சாப்பிடுவீங் களோ எண்ட பயத்திலைதான் வாழையிலையிலை போட்டது” என்றாள் மல்லிகா.

“ஏன் நீங்கள் என்னை அன்னியப்படுத்திறீங்கள்?” என்று மல்லிகாவின் முகத்தைப் பார்த்தேன். மல்லிகா ஒன்றும் பறையவில்லை. தலையைக் குனிந்தாள்.

மத்தியானம் திரும்பி வருகிறபோது, என்னை ஏக்கம் பிடித்துத் தின்றது. மல்லிகா எனக்கானவளாக ஆகுவாளா? கோழிப்பண்ணை வேலைகள் முடியட்டும். மல்லிகாவின் அம்மாவுடன் கதைத்துப் பார்ப்போம். “மல்லிகாவை எனக்குத் தாங்கோ” அதற்கு என்ன கஷ்ரம் இருக்கப் போகிறது மல்லிகாவின் அம்மாவுக்கு?

இந்தப் புதன்கிழமை இன்னும் கச்சிதமாக வெளிக்கிட்டேன். இப்போது முகத்தில் தாடி இல்லை. காலையில் எழுந்து சவரம் செய்தேன். தோய்ந்தேன். அவளுக்குப் பிடிக்கலாம் என நினைத்து வெள்ளை நிற சேர்ட் அணிந்தேன். முரளியின் மோட்டார்சைக்கிளில் புறப்பட்டேன். மிதமான வெய்யிலில் வல்லை வெளிக்காற்று இதமாக இருந்தது .

“என்ன மாப்பிள்ளை மாதிரி வரவர வடிவா வாறியள்” என்றாள் மல்லிகா. “ஆனால் உங்களுக்குத் தாடிதான் இன்னும் வடிவு” என்றும் சொன்னாள். அவளின் கண்களில் எதையும் காண எனக்கு முடியவில்லை.

இப்பொழுதெல்லாம் பின்னேரங்களைத் தாபத்துடன் கழிக்கிறேன். நெருஞ்சிமுள்மேல் இருப்பதாகவும் படுகிறது. குளிர் காற்று வீசுவதாகவும் இருக்கிறது. மல்லிகாவின் கண் களில் எனக்கான விசேட செய்தி எதையும் காணவில்லை.

எப்படா இந்தக் கோழிப்பண்ணை வேலைகள் முடியும்? அம்மாவிடம் கேட்க.

இன்றைக்குச் செல்வனின் வேலை வீட்டுக்குள்ளும் இருந்தது. கோழிக்கூடு மிக நேர்த்தி. சாணியால் மெழுகப்பட்ட கோழிக்கூட்டை இங்குதான் காண்கிறேன். மல்லிகாவிடம் வரப்போகிற கோழிக்குஞ்சுகள் புண்ணியம் செய்தன. பத்துக் கோழிகளுக்கான இடமல்ல இது. முப்பது கோழிகள் தாராள மாக உலாவலாம். மேலும் பத்துக் கோழிக்குஞ்சுகளை என் பணத்தில் வாங்கிக் கொடுப்போம். மல்லிகாவுக்குத் தானே?

"உங்களைக் கையெடுத்துக் கும்பிட வேணும்" என்றார் மல்லிகாவின் அம்மா. "இப்பதான் இவளின்ரை முகத்திலை சிரிப்பைப் பாக்கிறன்" என்றார். வெட்கப்பட்டுச் சிரித்தது மல்லிகாவின் முகம். "வாழ்கையிலை ஒரு பிடிப்பு வந்திருக்கு. நீங்கள்தான் காரணம் தம்பி... இந்த வேலைகளிலை பொறுப்பைக் குடுத்த பிறகுதான் இவ்வளவு சந்தோசமாக இருக்கிறாள். மற்றது தம்பிக்கு ஒரு விசயம் சொல்ல வேணும்..." என்று மல்லிகாவைப் பார்த்தார். மல்லிகா தூணோடு சாய்ந்து இருந்தாள்.

"ஏதோ ஆண்டவன்ரை புண்ணியத்திலை இவளுக்கு எல்லாம் கைகூடி வருது. அந்தாளும் செத்து ஒண்டரை வருசமாகுது. இவளும் பிஞ்சு. இவன் செல்வன். அவனும் ஒருவிதத்திலை இவளுக்கு மைச்சான் முறைதான். "நான் மல்லிகாவைக் கலியாணம் கட்டப்போறன்' எண்டு நாண்டு கொண்டு நிண்டான். ஊரிலை அயலட்டைகள் ஏதும் இசகு பிசகாய்க் கதைக்க முன்னம் இதை ஒப்பேத்திப் போடுவம் எண்டு வாற மாசம் பன்னிரண்டாம் திகதி சோறு குடுப்பிக்கப் போறம். இதை ஒப்பேத்தினாப் பிறகுதான் எனக்கு நிம்மதி. சொந்தக்காரர் எண்டு நான் ஒருத்தருக்கும் சொல்லேல்லை. தம்பிக்குத்தான் சொல்லுறன். தம்பியும் கட்டாயம் வரவேணும்" என்றார்.

"நான் வராமலா? கட்டாயம் வருவன்" என்றேன். மல்லிகாவைப் பார்த்தேன். எனக்குள் ஏக்கம் மேவியது. ஆயினும் அன்பும் சுரந்தது. மல்லிகாவின் கண்கள் எனக்கு எதுவோ சொல்லிற்று. என்னவென்று புரியவில்லை.

மோட்டார்சைக்கிளை முரளி வீட்டில் கொண்டுபோய் விட்டேன். இது இனி எனக்குத் தேவைப்படாது. எதுவுமே இனி எனக்குத் தேவைப்படாது. துணியில்லாத வெறும் குடைக்காம்பு நான்.

அப்படியே சைக்கிள் எடுத்து உடுவிலுக்குப் போனேன். பன்னிரண்டு கூடுகளுக்கு நூற்றியிருபது கோழிக்குஞ்சுகள் வேண்டும். "மேலும் பத்துக் குஞ்சுகள் வேணும்" என்றும் சொன்னேன். அது மல்லிகாவுக்கு.

சைக்கிளை இராசனிடம் உழக்கினேன்.

"எனக்குக் கள்ளு வேணும்"

"உங்களுக்கு இல்லாமலா?"

ஐந்து மைல் சைக்கிள் உழக்கி தனமக்காவிடம் போனேன். "என்ன தம்பி இஞ்சால் பக்கம் மழை வரப்போகுது போலை" என்று சொண்டு சுழித்துச் சொன்னா.

"உள்ளுக்கை வாங்கோ" வேப்பமரம் சரசரத்து "போபோ" என்றது. உள்ளே போனேன்.

எனது அறையில் இரவு தெளிவாக அறிக்கை எழுதினேன். "இது விதவைகளுக்கான புனர்வாழ்வுத் திட்டம். திருமதி மல்லிகா கணேசமூர்த்தி ஒரு விதவை. தற்போது செல்வச் சந்திரன் என்பவரை திருமதி மல்லிகா மறுமணம் செய்து கொள்ள இருப்பதால் அவர் விதவைகளுக்கான புனர்வாழ்வுத் திட்டத்தில் வருவதற்கான சாத்தியக்கூறு இல்லை. எனவே மல்லிகாவுக்கான . . ."

11

"வாடாப்பா இரு. உன்ரை அறிக்கையைப் பார்த்தேன். ஆச்சரியமா இருக்குது. நீயா இதை எழுதியிருக்கிறாய்? என்னெண்டு உனக்கு இப்பிடி எழுத மனம் வந்தது? மக்க ளின்ரை துன்ப துயரங்களை நல்லாப்புரிஞ்சு அவையளுக்கு உதவி செய்யத் துடிக்கிற ஓராளாத்தான் உன்னை எனக்குத் தெரியும். அதாலைதான் உன்னை இந்த வேலைக்கு எடுத்தது."

"சேர் நான் எந்த அர்த்தத்திலை இந்த அறிக்கையை எழுதினான் எண்டால் . . ."

"எனக்கு ஒண்டும் சொல்ல வேண்டாமெடாப்பா. உன்னட்டை இருந்து நான் இதை எதிர்பார்க்கேல்லை. அவ்வளவுதான்."

"சேர் என்னையும் கொஞ்சம் சொல் விடுங்கோவன்."

"சரி சொல்லு. என்ன சொல்லப் போறாய் பாப்பம்"

“சேர் மல்லிகா வேறை ஒரு கலியாணம் கட்டப்போறா எண்டதாலை அந்தப் புறொஜெக்ற்றை இன்னொரு விதவைக்குக் குடுக்கலாம் எண்டுதான் ...”

“கதையை நிப்பாட்டு. நீ என்ன சொல்ல வாறாய் எண்டு எனக்கு விளங்குது. தம்பி, இதை இப்பிடிப் பாரெண்டா. அவளுக்கு என்ன பெயர் சொன்னனீ? மல்லிகாவோ? ஆ... மல்லிகா எங்கன்ரை மகளெடா. இந்தியனாமியாலை அவள் விதவையாய் போயிட்டாள். இப்ப அவளுக்கு ஒரு கல்யாணம் கைகூடி வருது. அதை நாங்கள் வாழ்த்த வேணுமெடா. உன்ரை தங்கச்சியா உவள் மல்லிகா இருந்தால் நீ அதை எப்பிடிப் பாப்பாய். சொல்லு. அவள் புதுவாழ்வு அமைக்கிறத்துக்கு இதை நாங்கள் குடுக்கிற பிறசென்ற்றா பாரெண்டா. அவளுடைய மறுவாழ்வுக்கு இது ஒரு உதவியெடா. எங்கன்ரை மகளுக்கு இதை நாங்கள் சீதனமாக் குடுக்கிறம் எண்டு வையன்.

உன்ரை கதையைப் பாத்தால் நாங்கள் குடுக்கிற பத்துக் கோழிக்குஞ்சுகளுக்காக அவள் கலியாணம் கட்டாமல் இருக்க வேணும் போலையல்லோ இருக்கு. தம்பி சமூக சேவை செய்ய முன்னம் மனிசரா இருக்கப் பழக வேணும். சரி, சரி, போ. இனி இப்பிடி ஒரு அறிக்கையோடை என்னட்டை வராதை ...”

கண்ணுக்கு முன்னாலை அந்த அறிக்கையைக் கிழித்து குப்பைத் தொட்டிக்குள் போட்டார். நான் கையெடுத்துக் கும்பிட்டன். சிவத்தம்பி அய்யாவை மாத்திரம் அல்ல.

(2009)

(அம்ருதா, ஏப்ரல் 2010)

சக பயணி

1

அத்தனை காட்டு வெய்யிலையும் குடித்து வந்தேன். பின்னேரமாக உடம்பு நடுங்கத் தொடங்கியது. காய்ச்சல் பீடித்தது தெரிந்தது. காய்ச்சல் கையால் இறுதி அறிக்கையை எழுதத் தொடங்கினேன். எழுத்துக்களும் என் கையைச் சுட்டன.

"1989ஆம் ஆண்டு ஜனவரி மாதம் 13ஆம் நாளி லிருந்து நேற்றைய நாள் (13.9.1991) வரை எனது கண் காணிப்பிலிருந்தும், விசாரணை தேடலிலிருந்தும் நான் கண்டறிந்த உண்மைகளை இதில் பதிகிறேன். அதற்கான ஆதாரங்களையும் இதனுடன் இணைத்துள்ளேன். மேலும் . . ."

2

என்னால் எதுவும் இயலும். மேலும் தழைநார் கட்டி பனையில் ஏறவும் தயார். ஏறி வானத்தில் குதிக்கவும், குதித்துப் பறக்கும் விமானத்தைக் கட்டிப் பிடிக்கவும் தயார். விமானத்தில் சிங்கள இராணுவம் இருக்கும். என் வயிற்றில் வெடிகுண்டு. தொப்புளடியில் சின்னதாக ஓர் அமுக்கு. சிதறுவேன். போகட்டும். நூறு சிங்கள இராணுவம் சிதறுவான்கள். அதுதான் தேவை. அவன்கள் கொல்லப்பட வேணும்.

யாவற்றுக்கும் நான் தயார். ஆனால் இது ஏலாது. இன்றே சொல்லிவிட வேண்டும். இன்றே 'பைலை'க் கட்டிக் கையில் கொடுத்து "அண்ணை, தயவு செய்து இந்த வேலைக்கு வேற ஆரையும் விடுங்கோ. என்னாலை

ஏலாது. எனக்கு வேறை எந்த வேலையும் தாங்கோ. செய் யிறன். இது என்னாலை ஏலாதண்ணை" அண்ணையிடம் சொல்லவேணும்.

அண்ணை கேட்பார். அவர் வெறும் போராளி இல்லை. அன்பானவர். என்ரை தலையைத் தடவுற மாதிரி இருக்கும் அவரின்ர கதை. எனக்கொரு அண்ணை இருந்தால் எப்பிடியோ அப்பிடி அவர்.

3

"யசோ, நீங்கள் எப்பிடியும் சாப்பிட்டுத்தான் போக வேணும். இவ்வளவு தூரம் வந்திட்டு"

"இல்லை சேர், பிறகொரு நாளைக்கு வந்து விருந்துச் சாப்பாடே சாப்பிட்டுப் போறன். இப்ப நான் அவசரம் போக வேணும் சேர்"

"இவ்வளவு தூரம் என்னைத் தேடி வந்திட்டு சாப்பிடா மல் போக ஏலாது. கொஞ்ச நேரம் இருக்கிறியள். சாப்பிடுறியள். அவ்வளவுதான்"

இப்படி அன்பா உபசரிக்கிற இந்த ஆசிரியரையா? இந்த வேலையைத் தொட்டிருக்கக்கூடாது. அப்போதே என்னால் இயலாது என்று சொல்லியிருக்க வேணும்.

ஆனால் அப்போ இருந்த வேகத்திலை ஏதோ செய்ய வேண்டும். எந்த வேலையென்றாலும் சரி.

மடித்துக்கட்டிய இரட்டைப்பின்னல். வரிச்சீருடை, இறுகக்கட்டிய சப்பாத்து. கையில் சுடுகலன். இது என் கனவு அல்ல. என் பணி. செய்ய வேண்டும். கேட்டேன். மறுத்தார்கள். "ஆதரவாளர் மட்டத்திலை இப்ப வேலையைச் செய்யுங்கோ. பிறகு பாப்பம்" என்றார் இளங்கோ அண்ணன்.

4

வீட்டைவிட்டு ஓடி வந்தேன். அப்படிச் சொல்லக்கூடாது. வீடென்று எதைச் சொல்வது? வீடே இல்லை. கண்ணி வெடியில் சிதறிய சிங்கள இராணுவத்தின் கணக்குத் தெரியவில்லை. ஆனால் எரிந்த குடிசைகளின் கணக்குத் தெரியும். முப்பத்தி யிரண்டு. இராணுவம் சுட்டு இறந்துபோன தமிழர்களின் கணக்கும் தெரியும். பதினெட்டு!

கணக்கும் வழக்கும் சொல்ல வாழ்க்கை என்ன வகுப் பறையா? அம்மா இல்லாத எங்கள் குடும்பத்தின் நால்வரும் தேவாலயத்தில் தஞ்சமானோம். அப்படி நின்ற ஒரு நூறு

பேருக்குப் பாணும் தேநீரும் கிடைத்தன. தாடி வளர்த்த அருட்தந்தையின் ஆறுதல் வார்த்தையும் கடற்கரை வெக்கையை மேவிக் குளிர்வித்தது.

"ஓடு ஓடு" என்று மனம் சொன்னது. அப்பாவையும், தம்பி, தங்கைகளையும் விட்டுவிட்டு எப்படிப்போவது? அப்பாவின் நரைத்த தாடி மயிர்களுக்குள்ளால் அடிக்கடி கண்ணீர் ஒழுகுகிறது. அம்மா போனதில் இருந்து அல்ல. இப்படி அல்லல் பட்டுத் திரிகின்ற காலத்தில் இருந்து.

இப்படி எவ்வளவு அப்பாக்கள், அம்மாக்கள், உறவுகள் அழுகிறார்கள்? மூத்தமகள் எனக்கு அப்பாவின் துக்கம் தாளமுடியவில்லை. ஆனால் வேறொன்று உள்ளது. இந்தத் தேவாலயத்தினுள்ளும் இராணுவம் புகலாம். எதுவும் செய்யலாம். ஆகக்கூடியது என்ன? கொல்லல். அதை ஆணுக்கு முதியவர்களுக்கு, குழந்தைகளுக்குச் செய்யலாம். பெண்ணுக்கு?

என் அச்சம் அதுவே. இளங்கோ அண்ணனுக்கு இது புரியவில்லை. அவர் ஆணென்பதால் இருக்குமோ? அக்காமார் ஆரினதும் தொடர்பு எனக்கு இல்லை. உள்ளே போனால்தானே தொடர்பு வரும்? இளங்கோ அண்ணன் விடுகிறார் இல்லையே!

ஊத்தை உடுப்புப் போட்டிருந்த தம்பி, தங்கச்சியின் முகத்தை அன்பால் தடவினேன். நரைமயிரில் தாடி இருந்த அப்பாவின் முகத்தை மனதால் கொஞ்சினேன். காலமையில் பசி இருக்கக்கூடாதென்று மரவள்ளிக் கிழங்கையாவது அவித்துத் தந்தவர் அப்பா. தம்பி, தங்கச்சியைப் பசி இருக்க விடமாட்டார். நானும் என்ன சாவை நோக்கியா போறன்? அப்பாவிடம் அடிக்கடி வருவன்.

5

"இப்படி வந்திருக்கக்கூடாது" என்றார் இளங்கோ அண்ணன்.

"ஆரும் அக்காவையளிடம் கொண்டுபோய் விடுங்கோ. அவையளுக்கு என்னை விளங்கும்" என்றேன்.

தமிழரசியக்காவின் பாசறைக்குள் கொண்டுபோய் விட்டனர். அதில் இருந்த பதின்மூன்று பேரும் அக்காமார் அல்ல. சில தங்கச்சிமாரும் இருந்தினம்.

எனக்கு இப்போது பயிற்சி இல்லை. பாசறையின் அனைத்துப் பொறுப்பும் எனக்கு. முற்றம் கூட்டுகிறேன். பாசறையைத் துப்புரவு படுத்துகிறேன். தேநீர் தயாரித்தல்,

காலைப் பாணுக்குச் சம்பல் செய்தல். மதியத்திற்கும் இரவிக்கும் சமையல். உடுப்புத் தோய்த்தல். பாசறைக்கு வருவோரை உபசரித்தல் என்ற வேலைகள். உதவிக்குச் சில அக்காமாரும், எல்லாத் தங்கச்சிமாரும் வரீனம். எஞ்சிய நேரங்களில் புத்தகம் வாசிக்கிறேன். கவிதை எழுதிப் பார்க்கிறேன். எல்லா இரவுகளிலும் அப்பா, தம்பி, தங்கையை எண்ணி அழுகிறேன்.

இந்த ஆறுமாதத்தில் ஒரு வேலைக்கும் தமிழரசியக்கா என்னை ஏவியதில்லை. நானாகச் செய்தேன். "நீ ஏன் மாடு மாதிரி முறியிறாய்?" என்று வேலைகள் சிலவற்றைப் பறித்தா. திரும்ப அவற்றை நான் பறித்து விட்டேன். தமிழரசியக்கா கோபமாயும் சிரிப்பாயும் என்னைப் பார்த்தா. தமிழரசியக்கா அழகி என்று அச்சிரிப்பு சொல்லிற்று.

இரவு பாத்திரங்களைக் கழுவிக் காயவைத்த பிறகு இருட்டோடு இருட்டா இளங்கோ அண்ணன் வந்தார். "ஒண்டும் எடுக்க வேண்டாம். வெளிக்கிடு" என்றார். எடுக்க என்ன இருக்கிறது? வழி அனுப்பி வைக்க தமிழரசியக்கா இல்லை. அந்த முகத்தைப் பார்த்துவிட்டுப் போயிருக்கலாம்.

6

ஆயிற்று. எவ்வளவு நாள் என்று கணக்கு வைக்கவில்லை. இருள்வதும் விடிவதும் மாத்திரம் தெரிகிற காட்டுக்குள் நாளும் கிழமையும் எப்படித் தெரியும்? கை காய்த்துப் போயிற்று. நிமிர்ந்த நேரான நடை எனக்கு வந்துவிட்டது. இனிக் கொள்கையோ, முதுகோ கூன எதுவும் இல்லை. பாரதியாரின் 'நிமிர்ந்த நன்னடை, நேர்கொண்ட பார்வைப்' பெண் நான்தான். நான் மாத்திரம் அல்ல. என்னுடன் பயிற்சி எடுத்த அத்தனை பெண்களும். அதுதானே தமிழரசியக்காவிடமும் இருந்தது.

இந்'நேர்ப்பெண்'ணாக வந்தபின் தமிழரசியக்காவைப் பார்க்க வேண்டும் போல் இருக்கிறது. அவா எங்களைக் கண்டு மகிழ்ச்சி அடைவா. அவாவும் நிமிர்ந்து நின்று நானும் நிமிர்ந்து நின்று கைகுலுக்கும்போது கம்பீரம் தெறிக்கும்.

அக்காவைக் காண வேண்டும். கையைப் பிடித்து "எப்படி அக்கா இருக்கிறீங்கள்?" என்று கேட்க வேண்டும். "எப்பிடியடி இருக்கிறாய்?" என்று அக்கா கேட்பா. "அக்கா நான் சினைப்பர் அடியில் கை தேர்ந்தவள்" என்று சொல்ல வேண்டும்.

எதற்கும் காலம் இயலவில்லை. ஓர் இராணுவத் தாக்குதலில் தமிழரசியக்கா வீரச்சாவடைந்து விட்டார். இரட்டைப்

பின்னல் கட்டித் தொப்பி அணிந்து வரிச்சீருடையில் புன்னகை யுடன் புகைப்படத்தில் நின்றார். மனது கலங்கியது. நெஞ்சில் கைவைத்துக் கண்மூடி நின்றேன். கண் பொங்கித் தளும்பிற்று. சீருடை தரித்து, துப்பாக்கி தூக்கி, நேராய் நின்ற ஒரு பெண் அழலாமா? ஆனால் அதையெல்லாம் கேட்டா வருகிறது அழுகை?

அழுவது மாத்திரமல்ல அக்காவுக்கு என் வணக்கம். 'அக்கா, உன் தலையில் கைவைத்து வணக்கம் சொல்கிறேன். உன் ஆயுதங்களை என்னிடம் தா. ஒரு கையில் என் ஆயதம். மறு கையில் உன் ஆயுதம். இனி என் கைகளிலிருந்து இரண் டிரண்டு குண்டுகளாகப் புறப்படும். அதுவே உனக்கான என் வணக்கம்.'

ஒரு மாதத்தில் பன்னிரண்டு தாக்குதல் நாட்கள் எனக்கு வந்தன. அத்தனையும் சினைப்பர் தாக்குதலுக்குரியவை. வெற்றி என்ற சொல் தவிர வேறொரு சொல்லையும் என் காது கேட்டதில்லை. ஒரு வாக்கியம் கேட்டது. "இந்தச் சின்னப் பெட்டை என்ன வேகம் கொள்கிறாள் பார்."

7

ஒரு மாதம் முடிந்த பிறகு எனக்கு சினைப்பர் தாக்குதலில் இருந்தும், வரிச் சீருடையிலிருந்தும் வெளியேற்றம் கிடைத்தது. வெள்ளைச் சீருடை அணியத் தொடங்கினேன். அதை அணியச் சொன்னது இளங்கோ அண்ணன் அல்ல. மாறன் அண்ணன். அவரை 'அண்ணா' என்றுதான் கூப்பிட்டேன். வேறுசிலர் 'மண்டை' என்றார்கள். அதற்கு மண்டை நிறைய 'மூளை' என்று அர்த்தம்.

என் பணி இப்போ கொப்பி, புத்தகம் தூக்கி பாடசாலை செல்வது. என் வயதுக்கு உயர்தர வகுப்பு என்றால்தான் நம்புவார்கள். உயர்தர வகுப்பிலும் பார்க்க ஒன்றிரண்டு வயதுகூட. ஆனால் அதற்குக் கதை இருக்கிறது. மன்னார் மாவட்டத்தில் இராணுவ வன்முறையில் படிப்பைப் பாதியில் நிறுத்தியதாகவும், இப்போது படிக்கும் ஆசை துளிர்விட்டதால் மீண்டும் தொடர்வதாகவும் . . .

எனக்கு ஒரு பணி விதிக்கப்பட்டது. படிக்கிறதாக நடிக்கப் போகிறேன். அப்படி நடித்து ஒருவரைக் கண்காணிக்கப் போகிறேன். அவர் அருணன் ஆசிரியர்.

அண்ணை கூப்பிட்டு அதைத்தான் சொன்னார். "நீ அந்தப் பள்ளிக்கூடம் போறாய். அருணன்மாஸ்டரின்

வகுப்பிலை படிக்கிறாய். அவர் என்ன கதைக்கிறார் எண்டு உன்னிப்பாக கவனிக்கிறாய். அவர் வித்தியாசமா என்ன செய்தாலும், என்ன கதைத்தாலும் அதைக் குறித்து வைக் கிறாய். அவர் எங்க போறார்? ஆரைச் சந்திக்கிறார்? அவருடைய வீட்டை ஆர் ஆர் வருகினம்? எண்டெல்லாத்தை யும் கவனிக்கிறாய். மிக வித்தியாசமாக, ஆபத்தானதாக எதை அறிந்தாலும் உடனடியாக எங்களுக்கு அறிவிக்கிறாய். மற்றும்படி நீ படிக்கிறாய். ஒழுங்கான மாணவி"

பரந்த குளம் ஒன்று தாண்டிப் பயணமானேன். செம்மண் கிறவல் ஒழுங்கையில் சைக்கிள் 'சர்சர்சர்' என்று சிரிக்கிறது. அப்படி ஆனந்தவயப்பட்ட சிரிப்பு. இப்படியான ஓர் இடத் திற்கு வர இந்தியனாமி அஞ்சுவான். இந்தியனாமி வந்தபிறகே யாவும் குழம்பி இருக்கிறது. இப்பொழுது யார் எதிரி யார் நண்பன் என்று தெரியவில்லை. தமிழீழம் என்றால் உயிரைக் கொடுக்கத் தயாரானோரும் இந்தியனாமியுடன் நிற்கிறார்கள்.

அருணன் சேர் முன்னர் வேறோர் இயக்கத்தில் இருந் திருக்கிறார். அதில் மத்தியகுழு உறுப்பினர். ஆகவே பெரிய ஆள். இப்பொழுது இந்தியனாமி வந்த பிறகு, அவரது இயக்கமும் இந்தியனாமியுடன் சேர்ந்து இயங்குகிறது. ஆனால் அவர் இயங்கவில்லை என்று தான் சொல்கிறார். அது எப்படி? உண்மைதானா? அல்லது நமது இயக்கத்துக்குள் ஊடுருவுவதற்காக நாடகமாடுகிறாரா? நமது இயக்கத்தை என்னவென்று நினைத்தார்? கல்லாலும் மண்ணாலும் சீமேந்தாலும் கட்டப்பட்ட கட்டிடமா இது? குருதியாலும் தசையாலும் உழைப்பாலும் உறுதியாலும் தியாகத்தாலும், முயற்சியாலும் மேலாக, உயிராலும் ஆன்மாவாலும் கட்டப் பட்ட இயக்கம் இது.

இதை அருணன்சேர் புரியவில்லை. அதுதான் இந்த வேலை செய்கிறார். ஆயுதப்போரில் நான் வீராங்கனைகளில் ஒருத்தி. இதுதான் பணி என்றபோது மனம் குழம்பியது. இப்போதுதான் புரிகிறது. குழம்பியிருக்கத் தேவையில்லை. இதுவும் மிகமுக்கியமான பணி. இதைத் திறம்படச் செய்வேன். களையெடுப்பும் வலு அவசியம். போருக்கு அதுவும் பெரும் பங்கு. இப்பொழுது தயக்கம் ஏதுமில்லை. இங்கு பாருங்கள், யானையின் இலத்திக்கும்பல். அதிலிருந்து ஆவி சிறு கோடாக எழுகிறது. இது ஜனவரி மாதப் பனிக்காலை. அதனால் இலத்தியிலிருந்து ஆவி வருகிறது என்றால் யானைக் கூட்டம் மிக அருகாமையில்தான் எங்கோ நிற்கிறது. லுமாலா சைக்கிளில் தனியாக ஒரு பெண். நெஞ்சு நிரம்பத் தைரியம்.

அதனால் அச்சம் ஏதும் எனக்கு வரவில்லை. நானா இப்படி ஆனேன்?

8

அம்மாவிற்கு வந்த காய்ச்சல் எதுவென்று எனக்குத் தெரியாது. அது அம்மாவை ஒரேயடியாகக் கொண்டு போய் விட்டது. எட்டு வயதில் என் தம்பிக்கும் நான்கு வயதில் என் தங்கைக்கும் அம்மாவானேன். 'எக்கணை'யில் தங்கையைத் தூக்கி வைத்து எல்லா வேலைகளுக்கும் பொறுப்பானேன். அப்பா கொண்டு வந்த காசில் ஒரு சோறு வடிக்கவும் அதற்கு ஒரு குழம்பு வைக்கவும் நேரம் போதுமாய் இருந்தது.

படிக்கவும் எழுதவும் பென்சில் இருந்தது. படிக்கப் புத்தகம், கொப்பி இல்லை. எப்படிச் சாதாரண தரம் வரை நான் படிக்க முடியும்? ஆனால் பாருங்கள் விசித்திரத்தை. நான் உயர்தரம் படிக்கப் போகிறேன்.

அதிபர் தந்த துண்டை அருணன்சேரிடம் கொடுத்தேன். "உங்கள் வகுப்புக்குப் புதிய மாணவி வந்திருக்கிறார். ம்... என்ன பெயர்? யசோதா. நல்ல பெயர். நாங்கள் யசோ எண்டுதான் கூப்பிடுவம். வாங்கோ, இருங்கோ கீதாவுக்குப் பக்கத்திலை இருக்கலாம். கீதா எழும்பி இடத்தைக் காட்டுங்கோ. போங்கோ போய் இருங்கோ"

நான் அருணன்சேருக்கு இணக்கமான சிரிப்பைச் செய்தன். அவரோ மனதால் சிரித்தார். இவரா? இவரையா வேவு பார்க்கப் புறப்பட்டேன்? அது ஒன்றும் பிழையல்ல. அவர் மனதால் சிரித்தது உண்மையேயாகிலும், நான் யாரென்பது அவருக்குத் தெரியாதல்லவா? அவர் கண்ணுக்கு நான் மாணவி. பெண்ணாயிருப்பதனாலும் இச்சிரிப்பு வந்திருக்கலாம்.

இளமையாக அழகாக இருந்தார். முகத்தில் இனிமையுட னும் கனிவுடனும் தாடியும் இருந்தது. (அந்த இயக்கத்தில் அனேகர் தாடி. அதன் தலைவரும் தாடிதான்) சுத்தமாக இருந்தது உடை மாத்திரமல்ல. படிக்க வேண்டும் என்று வலியுறுத்தினார். கடமை பிறழவில்லை.

இவையெல்லாம் அவரது நடிப்பு எனப்புரிவது கடினமல்ல. எனது அத்தனை பராக்கிரம செயல்களையும் நிறுத்தி 'இவரை வேவு பார்' என்று சும்மா அனுப்பவில்லை. இவரிடம் எங்கேயோ பிசகு இருக்கிறது. அது எங்கு? கண்டுபிடித்தேன் என்றால் முக்கால் திட்ட வேலை முடிந்துவிடும். ஆனால் கண்டுபிடிப்பது

எளிதானது அல்ல. எல்லா மாணவர்களிலும் இவர் அன்பு வைத்திருக்கிறார். இவரில் எல்லா மாணவர்களும் அன்பு வைத்திருக்கிறார்கள். இரும்புக்கோட்டையை உடைப்பது இலகு அல்ல.

9

"யசோ, எப்பிடிப் பள்ளிக்கூடம்? உங்களுக்கு பிடிச் சிருக்குதா?" அருணன்சேர் 'திடுமுட்டாக' என்னை இப்படிக் கேட்பார் என்று நான் எதிர்பார்க்கவில்லை. உடனே எழுந்தேன் "ஓம் சேர் நல்லாப் பிடிச்சிருக்கு"

"பிடிச்சிருந்தா படிக்கிறது ஈசியா இருக்கும் எண்டு நைக்கிறன். அப்பிடித்தானே?"

"ஓம் சேர்"

"இப்பிடி எல்லாத்துக்கும் 'ஓம் சேர், ஓம் சேர்' எண்டு தலையாட்டாதையுங்கோ. நீங்கள் சிந்தித்து உங்களுக்கெண் டொரு கருத்தை உருவாக்க வேணும். என்ன விசயம் எண்டா லும் ஏன் எதற்கு, எப்படி எண்ட கேள்விகளைக் கேட்டுப் பார்க்க வேணும்"

"ஓம் சேர்"

சொன்னவுடன் சேர் சிரித்து விட்டார். "இப்பத்தானே சொன்னேன்" என்று 'பெலத்துச்' சிரித்தார். பிறகு சொன்னார்: "மனிதன் என்பது சிந்திக்கின்ற பிறவி. மந்தைக்கூட்டம் இல்லை. மந்தைக்கூட்டத்திலைதான் முதல் ஆடு எப்பிடிப் போகுதோ அதே பாதையிலை எல்லா ஆடுகளும் கேள்வி ஒண்டும் கேக்காமல் போகும். அப்பிடி மனிசர் இருக்கலாமோ?"

'ஓம் சேர்' என்று இப்போது சொல்லவில்லை. புன்னகை யுடன் கேட்டுக்கொண்டிருந்தேன். சொல்வது சரிபோலை இருக்கு. ஆனால் எங்களைத்தான் சொல்கிறாரோ? நான் அப்படித்தானே? சொன்னது யாவற்றையும் பழுதுபடாமல், ஒரு சொல் மாறாமல் செய்கிறேன். ஏன் என்ற ஒரு கேள்வி கேட்டேனா? இப்பொழுது பார் ஏன் என்ற ஒரு கேள்வி இல்லாமல் வேவு பார்க்க வகுப்பறையில் வந்து குந்தி இருக்கிறேன் . . .

"அம்மா சொன்னார் அப்பா சொன்னார் அது சரியாத்தான் இருக்கும் உண்மையாத்தான் இருக்கும் எண்டு நம்பிக்கை வையாதையுங்கோ. பெரியவைக்கு மரியாதை கொடுக்கிறது வேறை. இது வேறை. ஆர் என்ன சொன்னாலும் அதை மனசுக்குள்ளை விசாரிச்சுப் பாருங்கோ. விசாரணையிலை

இருந்து தொடங்குங்கோ. முடிவு எடுங்கோ. நம்பிக்கை யிலை இருந்து தொடங்கி முடிவு எடுக்காதையுங்கோ..."

எனக்கு இறுதியில்தான் இடறத் தொடங்கியது. விசாரணை வேண்டும். நம்பிக்கையிலை இருந்து முடிவு எடுக்கக்கூடாது. நான் என்ன செய்கிறேன்? எவ்வித விசாரணையும் இல்லாமல் இளங்கோ அண்ணனை, தமிழரசியக்காவை நம்பினேன். இப்பொழுது மாறன் அண்ணனை நம்புகிறேன்.

இது சரியா, தவறா? சரிதான். நம்பியது ஒன்றும் தவறு அல்ல. அவர்கள் என்ன பிழை விட்டார்கள்? இயக்கத்திற்கு விசுவாசமாக இருக்கிறார்கள். தேவைப்பட்டபோது உயிரையும் கொடுக்கிறார்கள். நான் என் குடும்பத்தை விட்டு வர வில்லையா? உயிரையும் கொடுக்க மனம் சித்தமாய் இருக்கிறதே.

நம்பிக்கையில் அல்ல விசாரணையில் இருந்துதான் தொடங்க வேண்டும். அருணன்சேரின் மீதான விசாரணையி லிருந்து.

10

இரண்டு வாகைமரங்கள் நிழல் செய்த பள்ளிக்கூடத்தில் எனக்கு ஒரு கிழமை போய்விட்டது. வெய்யில் இப்படிக் கொளுத்துகிறதே என்று பள்ளிக்கூடம் விட்டுப் போகிற போதுதான் தெரிகிறது. வாய்க்காலில் திறந்துவிட்ட தண்ணீர் என்னுடன் கூட வர சைக்கிளில் அறைக்குப் போனேன்.

அண்ணை சந்தித்தார். எழுத்திலே விபரம் வைத்திருந் தேன். என்றாலும் வாயாலும் ஒப்புவித்தேன். "நீ இன்னும் ஆழமாக அவரைக் கண்காணிக்கவில்லை எண்டு நம்புகிறேன். இன்னும் கூட அவரோட புழங்கிறது நல்லது."

அண்ணை சொல்வது சரி. 'சேரே'டை இன்னும் நான் நெருங்க வேண்டும். அண்ணை சொன்னார்: "எதையும் நம்பிக்கையிலை இருந்து தொடங்காதை. விசாரணையில் இருந்து தொடங்கு. ஏன் இவர் இப்படி இருக்கிறார்? ஏன் நல்லவராக இருக்கிறார்? அல்லது நடிக்கிறாரா? இவர் என்ன நலனில் அக்கறை கொண்டு இப்படி இருக்கிறார்? எண்டு எல்லாத்தையும் கேள்வி கேட்டு யோசிக்க வேணும். அவரின்ரை ஒவ்வொரு அசைவையும் உன்னிப்பா அவதானிக்க வேணும். அவருக்கு மாணவர் மத்தியிலை நல்ல பெயர் இருக்கு. அது எப்படி வந்தது? நீ இன்னும் கொஞ்சம் அவரை நெருங்குகிற வழியைப் பார்..."

அதற்கான வழி புலப்பட்டது. திங்கட்கிழமை காலையில் பள்ளிக்கூடம் தொடங்க நிற்கிறார் சேர். வெள்ளிக்கிழமை பின்னேரம் பள்ளிக்கூடம் முடிய ஊருக்குப் போகிறார். ஐம்பது மைல் கடந்து இருக்கிறது அவரது ஊர். திருமணம் முடித்து மூன்று வருடங்கள். அவரது தந்தையும் அவருடன்தான். என்னைப் போல் அம்மா இல்லாதவர் இந்த அருணன்சேர்.

பள்ளிக்கூடத்துப் பக்கத்து வீட்டின் ஓர் அறையில் இருக்கிறார். மதியமும் இரவும் அந்த வீட்டில் சாப்பாடு. காலையில் எதுவும் சாப்பிடுவதில்லை. "வெறும் தேத்தண்ணி போதும்" என்கிறார். எங்கள் வீட்டில் மரவள்ளிக்கிழங்காவது அவிந்தது. இவர் பரம ஏழையோ? அப்படியல்ல என்று தகவல் சொல்கிறது. சரிதான் அவர் முன்னர் செய்த அரசியல் வேலையில் சாப்பிட நேரமில்லாதிருந்திருக்கலாம். அல்லது காலைச் சாப்பாடே இல்லையோ?

11

அந்த அரசியல் வேலை இப்பொழுதும் தொடர்கிறது. அதன் சாட்சிகளில் ஒன்று காலைச் சாப்பாடு. அதிகமான சிந்தனைகள் அவருக்கு. எதனினதும் மறுபக்கத்தைப் பார்க்கிறார். மாணவர் நலனில் அக்கறை கொள்கிறார். பள்ளிக்கூடம் வளம் பெற வேண்டும் என்று பாடுபடுகிறார். இவை யாவும் அவரது அரசியலின் ஒரு பக்கம்தானா? அல்லது அபாரமாக நடிக்கிறாரா?

இப்பொழுது நான் கேள்விகள் கேட்கிறேன். அண்ணை சொன்னது சரிதான். என்னுள் தேடலின் தினவு எடுத்து விட்டது. எதற்கும் அவரை இன்னும் நெருங்க வேண்டும். அதற்கு இரண்டு வழிகள். ஒன்று, அவரது அன்பிற்குரிய மாணவி ஆதல். இரண்டு, அவரை இருபத்து நான்கு மணி நேரமும் கண்காணிக்கும் வழி அமைத்தல்.

அன்பிற்குரிய மாணவியாதல் மிகச்சிரமமாக இருந்தது. எனக்கு படிப்பு வரவில்லை. கீதாவை மேவிய கெட்டிக்காரி அல்ல நான். சினைப்பர் காவிய கை புத்தகம், கொப்பிகளைக் காவுவதென்றால்? மேலும் அருணன்சேர் அனைத்து மாணவர் களிலும் ஒரே அன்பு வைத்திருக்கிறார்.

கீதா மிகவும் கெட்டிக்காரி. ஒரு கிழமை அவகாசம் கொடுத்துச் சொன்ன வீட்டுவேலையை அடுத்த நாள் இதோ என்று காட்டுகிறாள். 'சேரின்' எந்த ஒரு கேள்விக்கும் கீதா விடம் உடனடிப் பதில் இருக்கிறது. அதற்கு சேர் ஒருநாள் சிரித்தும் ஏசியும் விட்டார். "மற்றாக்களும் பதில் சொல்ல

விடுங்கோ கீதா." கறுத்துப் போன கீதாவின் முகத்தைக் கண்டு கீதாவின் பக்கத்தில் போய் "கோபிக்காதையுங்கோ கீதா. மற்றாக்களும் படிக்கத்தானே வேணும்" என்று முதுகைத் தடவிற மாதிரி சொன்னார்.

நான் என்ன செய்கிறேன்? என் கட்டுரையில் எழுத்துப் பிழைகள் மலிந்தும் பரந்தும் கிடக்கின்றன. ளகர, ழகரக் குழப்பமும், னகர, ணகரக் குழப்பமும், அரவு, கொம்புக் குழப்பமும் இன்னும் முற்றாகப் போய்விடவில்லை. பாசறையில் கவிதை என்று ஏதோ எழுதினேன் தான். இந்தப் பிழைகளை யார் கண்டார்கள்?

இப்பிடியெல்லாம் யோசிக்கிறேன் என்றால்? அச்சம் வந்தது. தடம் மாறுகின்றேனா? படிப்பில் என் புலன் செல் கின்றதா? "அவலம் தந்தவனுக்கே அதனைத் திருப்பி வழங்கு" தமிழரசியக்கா அதை அழகுற எழுதி சுவரில் மாட்டி வைத் திருந்தா.

பட்ட அவலம் மறக்கவொண்ணாதது. படிப்பும் கட்டுரை எழுதுவதும் என் தொழில் அல்ல. என் தேசத்தின் விடுதலை. அதுவே என் முன்னுள்ள பாரிய பணி. இப்போது எனக் கிடப்பட்டுள்ள பணியை செவ்வனே நிறைவேற்ற வேண்டும்.

"சேர், பள்ளிக்கூடம் முடிய பின்னேரம் நான் உங்கன்ரை அறைக்குப் படிக்க வரட்டோ? கனக்க விசயம் எனக்கு விளங்கேல்லை"

சேர் அதற்கு உடனடியாக மறுமொழி சொல்லவில்லை. சோளகக் காற்று கூவென்று குமுறிக் கொண்டிருந்தது. பக்கத்துத் தென்னந்தோப்பு சர்ரென்று இரைச்சலிட்டது. இக்காற்றுக்குள் காகங்கள் பறக்கச் சிரமப்பட்டன. வயல் வெளியில் கானல்நீர் எழுகின்றது. இவற்றையெல்லாம் சேர் பார்த்தபடி சொன்னார்.

"அது சரியில்லை யசோ. ஒரு மாணவிக்குப் பிரத்தியேக மாகப் படிப்பிக்கிறது அழகல்ல. நீங்கள் கெட்டிக்காரி. உங்களுக்குப் படிப்பிக்கிறது எல்லாம் விளங்குது. நீங்கள் ஒரு வாக்கியம் அமைக்கிறதிலைதான் கஷ்ரப்படுறியள். உங்களுக்குத் தெரிஞ்ச விசயத்தை எழுத்திலை சொல்ல முடியேல்லை. பரவாயில்லை. இன்னம் நாள் போகேயில்லை. நீங்கள் நிறையப் புத்தகம் வாசிக்க வேணும். படிக்கிற நேரம் போக மிச்ச எல்லா நேரமும் வாசியுங்கோ. நான் கொஞ்சப் புத்தகம் தாறன். கதைப் புத்தகம்தான் இப்ப நல்லது. கிழமைக்கு இரண்டு புத்தகமாவது வாசியுங்கோ"

எனக்கு அது புரிந்துவிட்டது. சேரின் அறைக்குள் ஏதோ மர்மம் இருக்கிறது. பின்னேரம் அவரை வேறு யாரோ வந்து சந்திக்கிறார்கள். அல்லது இவர் எங்கோ போகிறார். நான் இடையிடை அவரது நடையுடையில் மயங்கி விடுகிறேன். பேச்சில் இலயித்துப் போகிறேன். சேர் இலேசானவர் அல்லர். அதி புத்திசாலி.

12

அறைக்கு நான் வரவோ என்று கேட்டபிறகு சேர் இரண்டு காரியம் செய்தார். ஐந்து புத்தகங்களை உடனே என்னிடம் கையளித்தார். முகப்பைப் பார்த்தேன். தூரத்துப் பச்சை கோகிலம் சுப்பையா. பஞ்சமர் கே டானியல், தாய் – மாக்சிம் கார்க்கி, அன்னை வயல் சிங்கிஸ் ஐத்மாத்தவ், நினைவுகள் அழிவதில்லை – நிரஞ்சனா.

ஒவ்வொரு நாளும் காலை ஏழுமணியிலிருந்து எட்டு மணிவரை சிறப்பு வகுப்பு எடுத்தார். ஏழு மணி வகுப்புக்கு எல்லோரும் வரவேணுமென்றல்ல. படிக்கக் கஷ்டம் என்பவர்கள் வரலாம். அது இரண்டாவது காரியம்.

யாவற்றையும் அண்ணையிடம் சொன்னேன். தடித்த மீசையின் மயிர்களை நாக்கால் இழுத்து பல்லின் இடையில் வைத்துக் கடித்தார். "நீ ஆளை வடிவாக் கவனி" என்றார். சிறிது நேர யோசனைக்குப் பிறகு "இப்பிடிச் செய்தால் என்ன?" என்ற கேட்டார்.

13

பெட்டிக்குள் யாவற்றையும் வைத்துக் கட்டினேன் நான். வீட்டுடுப்பு இரண்டு. பள்ளிக்கூடச்சீருடை இரண்டு. பாடப் புத்தகங்கள், கொப்பிகள் அவ்வளவுதான். எனக்கென்று இருந்த சைக்கிள் எடுத்து உழக்கி உன்னினேன். என்னிடம் இருந்த நிமிர்ந்த நேரான நடை கூனத் தொடங்குகின்றதா? இல்லை என்று முதுகு நிமிர்த்தி சைக்கிளைத் தெண்டினேன். ஞாயிறு பின்னேரத்துக்கு அடித்த காற்று, முகத்தில் பட்டு ஒரு மகிழ்வைத் தந்தது.

அந்த அறைக்குள் போனேன். பக்கத்து அறை அருணன் சேரினுடையது. நாளை திங்கட்கிழமை காலை கலைந்த தலையோடு, புழுதி படிந்து வாடிய முகத்தோடு, நித்திரை குறைந்து வதங்கிய கண்களோடு ஊரிலிருந்து சேர் வருவார். உறவைவிட்டு வந்த வேதனை திங்கட்கிழமை முகத்தில் அப்பிக்

கிடக்கும். அத்துடன் அறையில் என்னைக் கண்ட ஆச்சரியமும் நெளியலாம்.

இப்பொழுது என்னால் எதையும் நேராக யோசிக்க முடிகிறதில்லை. சினைப்பர் தூக்குகிறபோது வரும் வேகம், விவேகம், வீச்சு ஒன்றும் இப்போது இல்லை. சினைப்பர் தூக்கவேண்டிய தேவையும் இல்லை. 'நம்மைப் பிடித்த பிசாசுகள் போயின' என்கிற மாதிரி இந்தியனாமி போய் விட்டது. சிங்கள ஆமியும் சண்டை ஒன்றும் தொடங்குவதாக இல்லை. சினைப்பருக்கு இப்போது தேவையே இல்லை.

இந்தியனாமி போனால் என்ன? தமக்கு உதவுவோரை விதைத்து விட்டே சென்றிருக்கிறது. இந்தியாவிலிருந்து சூழலை நாசமாக்கும் பார்த்தினீயச் செடிகளை ஈழத்தில் விதைத்தது போல.

நான் இப்பொழுதும் ஏமாறுகிறேன். வீட்டில் அறை வாசலில் என்னைக் கண்ட சேர் "என்ன இங்கால் பக்கம்?" என்றார். "இரண்டு மைல் சைக்கிள் ஓடிக் களைச்சுப் போறன். படிக்க முடியல்லே. அது தான் பள்ளிக்கூடத்துக்குப் பக்கத்திலை இருந்தா நல்லதெண்டு இந்த அறைக்கு வந்திருக்கிறன்"

"நல்ல விசயம். இந்த நல்ல விசயம் செய்யிறத்துக்கு ஏன் இவ்வளவு காலம் எடுத்தது? வந்தது எல்லாத்துக்கும் நல்லது. படிப்பிலையும் ஏதும் பிரச்சினை எண்டால் என்னைக் கேக்கலாம்"

நான் அடித்துச் சொல்வேன். சேரின் முகத்தில் எந்தக் கள்ளமோ கபடமோ களங்கமோ இல்லை. அந்தக் கண் பிரகாசித்தும் மலர்ந்தும் அதைச் சொல்கிறது. சின்ன ஐமிச்ச மாவது இருக்கா? கானல்நீரைக் கண்டு கால் உழைய ஓடுகிறேனோ நான்?

திடுமுட்டாக அவரது அறைக்குள் போகக்கூட யாதொரு தடையும் இல்லை. பள்ளிக்கூடம் போகிற நேரம் போக சேரின் அறை திறந்தே கிடக்கிறது. சாமம் வரை எரிகிற வெளிச்சத்தில் சேர் புத்தகம் வாசிக்கிறார் . . .

14

அண்ணை சொன்னார்: "சினைப்பர் அடிக்கிறது வலு ஈசி. இலக்குப் பார்த்து வைக்கலாம் வெடி. 'றெக்கி' எடுக்கிற திலும் பார்க்க இதைக் கஷ்ரம் எண்டுதான் சொல்லுவன்."

இந்தக் 'கஷ்ரத்தை' ஏன் செய்ய வேணும்? இதற்கு என்னை ஏன் மினைக்கெடுத்த வேணும்? நான் என்ன வேலைக்கு

வந்தனான்? இப்ப என்ன வேலை செய்கிறன்? இது தேவை தானோ?

அண்ணை சடக்கெண்டு சொன்னார்: "நீ என்ன யோசிக் கிறாய் எண்டு விளங்குது. ஏன் இப்பிடி மினைக்கெடுவான்? ஏதோ ஒண்டைச் செய்யலாம் தானே எண்டு."

அண்ணை 'மண்டைக்காய்' தான். மனதில் நினைப்பதை முகத்தில் வாசிக்கிறார்.

"செய்யலாம்தான். செலவும் குறைவு. ஒரு குண்டு காணும். ஆளை முடிக்காட்டியும் உள்ளை போடலாம். ஆனால் தங்கச்சி பிரச்சினை வேறை. நாங்கள் விடுதலைக்குப் போராடுறம். ஆருக்கு விடுதலை? மக்களுக்கு. அருணன்மாஸ்டரும் அந்த மக்களிலை ஒருத்தர்."

அருணன் மாஸ்டர் பாவி அல்லது துரோகி. எப்படி அதை நிரூபிப்பது? எதற்கும் ஆதாரம் வேண்டும். நம்பிக்கை யிலையிருந்து தொடங்க முடியாது. விசாரிக்க வேண்டும். நண்பனா, எதிரியா? எதையும் விசாரிக்க வேண்டும். இந்த மக்கள்திரளின் விடுதலைக்கு விரோதி என்றால் சும்மாவிட முடியாது. விசுவாசி என்றால் விருது கொடுக்க வேண்டும். இரண்டும் இல்லை என்றால் அதுகூடப் பாதகமில்லை. எதற்கும் ஆதாரம் வேண்டும். ஒரு சதம் செலவழிப்பதற்கே கணக்குக் காட்ட வேண்டும் என்றால், ஓர் உயிரைச் செல வழிப்பது என்றால் சும்மாவா?

"...தங்கச்சி, மாணவர் மத்தியிலை அவருக்கு நல்ல பெயர் இருக்கு. நடிக்கிறாரா, இல்லையா எண்டு தெரியேல்லை. கனவிசயங்கள் அங்காலை கசியுது. 'பேப்பர் கரெக்சன்' எண்டு இடையிடை கொழும்புக்கும் போய் வாறார். இவரும் அதுக்குக் காரணமாயிருப்பாரோ எண்டது சந்தேகமாக இருக்கு இந்த அஞ்சு நாளும் நீ அவரை கவனிக்கிறாய். ஊருக்குப் போற இரண்டு நாளும் அங்க ஓராளைப் போட் டிருக்கு. ஒண்டிரண்டு மாசத்திலை இந்த பைலை மூடிட வேணும். நிறைய வேலை கிடக்கு. உன்னை தளத்துக்கு அனுப்பட்டாம். சிங்கள ஆமி சண்டையை தொடங்க ஆயத்த மாய் நிற்கிறாங்கள். இந்த ஏ9 றோட் இருக்குத்தானே. அதுக்கு இரண்டு பக்கமும் அரை மைலுக்கு..." இதன் பிறகு கதைக்கப் பட்டது எதுவும் இங்கு அவசியமில்லாதது.

15

ஒன்றை என்னால் உறுதிபட உரைக்க முடியும். சேர் அரசியலில் ஆழ ஈடுபட்டிருக்கிறார். அவர் மேசையில் முகம்

குப்புறக் கிடந்த ஒரு புத்தகம் அதைச் சொல்கிறது. 'வரலாறு என்னை விடுதலை செய்யும்' புத்தகத்தின் பெயர் அது. தாடியுடன் ஒருவரின் படம் 'பிடல் காஸ்ட்ரோ' என்றது. எழுதியவரின் பெயராக்கும். சேரின் முகத்திலும் அதே மாதிரித் தாடி.

"நாங்கள் என்ன ஆயுதம் ஏந்த வேண்டும் என்பதனை எதிரியே தீர்மானிக்கிறான்" என்று ஒரு புத்தகத்தில் வரி வாசித்தேன். அதே புத்தகம் "துப்பாக்கிக் குழலிலிருந்து அதிகாரம் பிறக்கிறது" என்றும் சொல்கிறது. சொன்னது அத்தனையும் மகா உண்மை. எப்படி இவர்களால் இப்படி யெல்லாம் சொல்ல முடிகிறது?

"என்ன சேர், உங்களுக்கு அரசியல் என்றால் அவ்வளவு விருப்பமோ?" என்று கேட்டேன். "அது ஒரு காலம்" என்று சோகமாய்ச் சிரித்தார். மேலும் அவரிடம் கேட்க எனக்கு ஒன்றும் இல்லை.

இவரா எங்கள் போராட்டத்தைக் காட்டிக் கொடுப்பார் என்று கேட்கிற மாதிரி ஒரு சம்பவம் நடந்தது. இதனைக் கண்டவளாக நான் இருப்பதனால் எனக்கு சேர் மீது எந்த ஐமிச்சமும் இல்லை. இந்தக் காரியத்தைக் கேளுங்கள்.

பள்ளிக்கூட நேரம். இன்ரேவல் வரமுன்னம் அது நிகழ்கிறது. பள்ளிக்கூடத்தை பொம்மர் இரண்டு முறை சுற்றி விட்டது. இது மூன்றாம் முறை. அப்படிச் சுற்றி குத்துண்ண கீழே விழுந்து எழுகிறபோது பொம்மர் குண்டைக் கக்கும்.

சேர் முன்வந்து உழைத்ததில் இருபது பதுங்கு குழிகள் பள்ளிக்கூடத்தைச் சுற்றித் தோண்டப்பட்டிருக்கின்றன. பொம்மர் மூன்றாம் முறை சுற்றுகிறபோதே. இருபது பதுங்கு குழிகளும் மாணவர்களால் நிரம்பிவிட்டன.

சேரைப் பார்க்கின்றேன். மாமரத்தின் கீழ் இருந்த பதுங்கு குழிக்குள் சின்ன வகுப்பு மாணவர்களைத் தூக்கித் தூக்கிப் போடுகிறார். கீதா கத்துகிறாள். "சேர் குண்டு போட்டிட்டான். விழுந்து படுங்கோ"

கீதா பயப்படுகிறாள். எனக்குப் பயம் வர ஒன்றுமில்லை. ஆனால் சேர் பாவம். நானும் கத்துகிறேன். "விழுந்து படுங்கோ சேர்."

நிலத்தில் படுத்தபடி குண்டு விழுவதைப் பார்க்கிறேன். மெல்ல மெல்ல அது இறங்குகிறது. நிலத்தில் படுகிறது. கண்களைப் பறித்த மாதிரி கும்பியாய் ஒரு வெளிச்சம். டொமார்.

எனக்கும் வெடித்த குண்டுக்கும் இடையே இருந்து சேர் எழும்புகிறார். வேலியோரத்தில் ஒருவன் புரண்டு கிடக்கிறான். அவனிடம் ஓடிப் போகிறேன். சத்தியமூர்த்தி. "சேர் இஞ்சை சத்தியமூர்த்தியை"

சேர் ஓடி வாறார். சத்தியமூர்த்தியைத் திருப்புகிறார். அவன் நெற்றி பிளந்து கிடக்கிறது. கண்ணை மூடிய சத்தியமூர்த்தி "ம.. ம..." என்று முனகுகிறான். சேர் சத்தியமூர்த்தியைத் தூக்குகிறார்.

"அய்யோ சேர் அடுத்த குண்டு போட்டிட்டான்." நான் கத்துகிறேன். வீழ்ந்து படுக்கிறேன். சேர் சத்தியமூர்த்தியைச் சரித்துவிட்டுக் கிடையாக வீழ்கிறார்.

அட்டகாசம் செய்த பொம்மர் இரைந்து கொண்டு போன பிறகு சேர், விஜயன்சேரின் மோட்டர் சைக்கிளில் சத்தியமூர்த்தியை கொண்டு போகிறார்...

சேர் விம்மியழுததை அப்போதுதான் பார்த்தேன். சேரைக் கூட்டிக்கொண்டு விஜயன் சேர் அறைக்கு வந்தார். சேரின் அழுகை எனக்கு சத்தியமூர்த்தியின் சாவைச் சொல்லியது. சேரின் சட்டை முழுவதும் ஒரே இரத்தம். நான் என்ன செய்வேன்? சேர் அழுவதைப் பார்த்துக்கொண்டு நின்றேன்.

16

என் கை துருதுருத்தது. அந்த உருக்குக்குழலை உயரே தூக்க வேண்டும். எந்த இரக்கமும் எழக்கூடாது. பொடிபட எதிரியைத் துவம்சம் செய்ய வேண்டும்.

அண்ணை அதொன்றையும் விளங்குகிறார் இல்லை. "உன் கடமையைச் செவ்வனே நிறைவேற்று" என்று ஒரு வாக்கியத்தில் முடிக்கிறார்.

பிறகு நீண்ட வாக்கியம் ஒன்றைத் தொடர்கிறார். "ஆரார், எப்பெப்ப, என்னென்ன செய்ய வேணுமெண்டது எங்களுக்குத் தெரியும். இப்ப உனக்கு இதுதான் வேலை. இந்த வேலைதான் நெடுகத் தொடரும் எண்டில்லை. ஒண்டுக்கும் யோசிக்காதை. நான் எல்லாம் கதைப்பன். இப்ப உனக்குத் தந்த வேலையைத் திறம்படச் செய். அதுதான் இப்ப முக்கியம்."

துக்கம் என்னைத் தின்று முடிக்கப் பார்த்தது. இல்லை என்று துடித்தெழுந்தேன். சேர் நல்லவர், இல்லை அது நடிப்பு. எதுவாக இருக்கட்டும். விசாரிப்போம்.

இதைக் கேளுங்கள் நான் என்னவாக அதை யோசிப்பது?

1990 ஆண்டு யூன் 11ஆம் நாள். இரவு ஹெலியிலிருந்து சிவப்புச் சிவப்பாகக் குண்டுகள் வீசி சிங்களவன் சண்டையைத் தொடங்கிவிட்டான். ஏதும் ஆயத்தமில்லை. எனக்கென்ன ஆயத்தம்? நான் பள்ளிக்கூடத்தில் சாதாரண மாணவி. வெள்ளைச் சீருடை மட்டும் இருந்தால் போதும்.

திங்கட்கிழமை காலையில் வருகிற சேருக்கு பஸ் இப்போது இல்லை. நிறுத்தப்பட்டது. ஆனையிறவு சிங்கள இராணுவ முகாம் யாழ்ப்பாணக் குடாநாட்டின் வாசலில் குந்தியிருந்து எங்கேயும் யாரையும் போகவிடவில்லை.

ஒரு திங்கட்கிழமை விடியப்புறத்தில் சேர் சைக்கிள் உழக்கினார். அது ஐம்பது மைல் இருக்கும். இயக்கச்சிச்சந்தி தாண்டிய பிறகு சைக்கிள் கொஞ்சம் பின்னடித்தது. உப்பு கலந்த காற்று, கடுஞ்சூரியனின் வெக்கையைப் போக்கவில்லை. இனிவரப் போவது ஆனையிறவு இராணுவ முகாம்.

அது காண ஒரு மைல் முன்னர் சேர் சைக்கிளை நிறுத்தினார். ஒரு மரத்தின் நிழலில் விறகு கொத்திய வேர்வை போக்க ஒருவர் நின்றிருந்தார். அவரிடம், “அங்கால் பக்கம் போக வேறேதாவது பாதை இருக்கிறதா?” என்று கேட்டார்.

“அது தம்பி ...” அவர் பாதையை விவரித்தார். அந்த விபரிப்பு சாவை நோக்கிச் செலுத்துவது. இராணுவமுகா முக்குப் பின்னால் கால்மைல் தூரத்தில் வெட்டவெளியில் ஒற்றை வரம்பில் பயணம்.

“ ... ஆமிக்காரன் தூரத்தில் நிண்டாலும் தெரியத்தான் பாக்கும்” முடிந்தார் அவர். எனக்கு அது தெரியும். சினைப்பருக்கு கால்மைல் ஒரு தூரம் அல்ல.

பயம் தெரியக்கூடாது. சேர் முடிவெடுத்தார். இது படுபிழையான வேலை. வாய் முணுமுணுத்தது. ஆனால் அதனைச் செய்தார். கண்ட கள்ளுக் கொட்டிலில் நுழைந்து இரண்டு போத்தல் கள்ளு வாங்கிக் குடித்தார். வெறியிலை குண்டு துளைக்கிற நோ தெரியாது. சாகிறது கூடத் தெரியாது.

அப்படி ஒன்றும் நடக்கவில்லை. சேர் பள்ளிக்கூடம் வந்தார். பள்ளிக்கூடம் முடிந்து பிள்ளைகள் போய் விட்டிருந்தனர். “நிழலுக்குள் நின்ற பள்ளிக்கூடத்தின் வெறுமை மிக வேதனை தந்தது.” என்றவாறு சொன்னார்.

எனக்கு அது நெஞ்சைத் தளும்பச் செய்தது. “ஏன் சேர் இப்பிடி?” தாள முடியாது கேட்டேன். “இந்த உலகத்தையும் இழக்க விரும்பேல்லை” என்றார். சேரிற்குக் கண் கலங்கியது.

“நான் துலைச்சுப் போட்டன் எண்டு நம்பின எல்லாத்தையும் பள்ளிக்கூடம்தான் எனக்குத் திரும்பத் தருது” என்றார். எனக்கு அதைப் புரியக் கஷ்ரமாக இருக்கவில்லை.

17

வேறொன்றையும் அது என்னைப் புரிய வைக்கிறது. இராணுவ முகாமின் பின் பாதையால் சேர் வந்திருக்கிறார். உயிர்ப் பயத்தில் கள்ளுக் குடித்திருக்கிறார். இதை நான் நம்ப வேண்டும்.

இப்படி ஒரு ஆசிரியரா என்று அன்று நான் ஆச்சரியப் பட்டேன். இன்று அந்த ஆச்சரியம் கேள்வியாக பாம்புபோல வளைந்து என்னை நோக்கி நாக்கை நீட்டுகிறது. ‘இப்படி வர வேண்டும் என்று என்ன கட்டாயம் இவருக்கு?’

இன்னொரு கேள்வி. இப்படித்தான், இதே பாதையால் தான் கள்ளுக் குடித்துவிட்டுத்தான் வந்தாரா? உண்மைதானா?

வந்த கதை, ‘நெஞ்சிடித்த’ கதை சொன்ன சேரின் முகம் இப்பவும் கண்ணில் படர்கிறது. அந்தக் கதையை வெறும் வாயால் சொல்லவில்லை. மனதால் சொன்னார். ஓம்தானே?

குழம்பிக் குழம்பி மனது தவிக்கிறது. சேர், சேர், நீங்கள் ஆர்?

18

சத்தியமூர்த்தியின் சாவுக்குப் பிறகு பள்ளிக்கூடத்தை இழுத்து மூடிவிட்டார்கள். பள்ளிக்கூடத்தை மூடுவதற்கு சத்தியமூர்த்தியின் சாவு மாத்திரம் காரணமல்ல. சோளகம் ஊ ஊ என்ற ஊளையிட்டு காற்று வீசிய அந்த நேரத்தில் பள்ளிக்கூடம் செத்த வீடு மாதிரித்தான் இருந்தது. சத்தியமூர்த்தி விழுந்து கிடந்த வேப்பமர மூலையில் சாவுக் காற்று சுழன்று சுழன்று வீசியது. பள்ளிக்கூட வளவெல்லாம் சுடலைச் சாம்பல் பறந்து திரிந்தது.

மாணவர்களும் இல்லை. ‘வாளேந்தவும் வலிய போரை எதிர் கொள்ளவும்’ சென்றனர் சில மாணவர்கள். உயிர் அச்சத்தில் பல மாணவர்கள் வரவில்லை. வெறும் வாங்குக்கும் மேசைக்கும் யார் பாடம் நடாத்துவார்? சேருக்கு வேதனை நெஞ்சைப் பிளந்து நின்றது.

சத்தியமூர்த்தியின் சாவில் இரத்தம் தோய்ந்த தனது சேர்ட்டை சேர் இன்னமும் தோய்க்கவில்லை. மாமரத்தின்

கீழான கொடியில் அது ஆடிக்கொண்டிருக்கிறது. பள்ளிகூடம் மூடுகிற அன்று அவ்ரோ விமானம் ஐந்து பீப்பாய் குண்டுகளைப் போட்டது.

எட்டு மாணவர்கள் மாத்திரம் வகுப்பில் இருந்தோம். கண் சிவந்து முகம் இருண்டபடி சேர் வந்தார். "காலம் எங்களைப் பிரிக்கிறது" என்றார். "சரி வீட்டை போங்கோ. நானும் ஊருக்குப் போறன். வீட்டிலை சும்மா இருக்காதை யுங்கோ. நிறைய வாசியுங்கோ. இப்பிடியான ஒரு சூழலிலை ஆருக்கும் உதவி செய்யுங்கோ. ஒவ்வொரு நாளும் வாழ்க்கையை மிகவும் அர்த்தமுள்ளதாக ஆக்குங்கோ. வேறை என்ன? போட்டு வாங்கோ. பிறகு சந்திப்பம்"

"உயிரோட இருந்தால்?" என்றாள் கீதா

"ஏன் அப்படிச் சொல்றீங்கள்? கீதா இப்பிடிக் கதைக்காதை யுங்கோ. தாங்கேலாமல் இருக்கு. உயிரோட இருப்பம். நம்புங்கோ. நம்பிக்கைதானே வாழ்வு. சரி போட்டுவாங்கோ. இனி ஒண்டும் கதையாதையுங்கோ. அழுது போடுவன் . . ."

அழுதுவிட்டார் சேர். அழுவதாக நான் இல்லை. பொல பொலவென கண்ணீர் வடிக்கிறாள் கீதா. காந்தனும் உதயனும் சேருடன் கூடப் போகிறார்கள். சேர் சைக்கிள் எடுத்துத் திரும்பியும் பாராமல் போகிறார் . . .

அந்த மனுசன் சாடையான கூனல்பட்ட முதுகோடை சைக்கிள் உழக்கினார்.

19

இனி இந்தப் பள்ளிக்கூடத்திலை எனக்கென்ன வேலை? வேலைகள் வேறு ரூபங்களில் என்னை நெருக்கின. சேரைத் தேடி அவரின் ஊருக்கு நான் போக வேண்டும். அவரை மேலும் துளாவி அறிய வேண்டும். ஒரு நாள் பயணம் பிடிக்கப் போனேன்.

கறுத்த ஒல்லியான அழகிய மனைவியை சேர் கொண் டிருந்தார். இனித்த ஐந்து கறுத்தக்கொழும்பான் மாம்பழங் களையும் கொடுத்தேன். சேரின் மூன்று வயது மகள் என்னிடம் வரமாட்டேன் என்றாள். அது சரிதானே? அவள் அப்பனுக்கு என் கடமையின் நிமித்தம் நான் நெருக்குதல் செய்கிறேன்.

மணல் விரித்த முற்றத்தில் "வாங்கோ வாங்கோ" என்ற சேரின் சிரிப்பும் மணல் போல் விரிந்தது. சேர் அழக்கூடச் செய்தார். "பள்ளிக்கூடத்தை விட்டிட்டு என்னால இருக்க முடியேல்லை. எல்லாரையும் நினைச்சு, எல்லாத்தையும்

நினைச்சு ...” சேர் பிறகு ஒன்றும் பறையவில்லை. கண்ணீர் வழிந்தது.

சேரின் மனைவி நான் உண்ண எல்லாம் கொண்டு வந்து வைத்தார். “வேண்டாம் வேண்டாம்” என்று சொல்ல பலாப்பழச்சுளை, மாம்பழத்துண்டு, கப்பல்வாழைப்பழங்கள், முறுக்கு, பருத்தித்துறைவடை, பயற்றம்பணியாரம் தட்டில் நிறைந்தது. மத்தியான வெய்யிலுக்கு இதம் என்று எலுமிச்சம் பழத் தண்ணீர் தந்தார்.

“கொஞ்சமாகச் சாப்பிடுங்கோ. மத்தியானம் சாப்பிட வேணும்” என்றார் சேர். “வேண்டாம் சேர், நான் போக வேணும்” என்றேன். எதையும் கேட்க சேர் தயாராக இல்லை.

சேர் தன்னை ஒப்புவித்தார். “யசோ என்னிலை அன்பு வைச்சு என்னைத் தேடி வீட்டை வந்திருக்கிறீங்கள். எவ்வளவு சந்தோசமா இருக்குத் தெரியுமா? உங்கன்ரை சிரிப்பும், நீங்கள் சாப்பிட்டதும் மனசு நிறைஞ்சுப்போய் இருக்கு. எந்த நாளும் யசோ கனவு தான். கனவு என்னைக் கொலலுது. வேர்த்து வடிய திடுக்கிட்டு எழுப்புறன். ‘அப்பாடா இது கனவு’ எண்டு சந்தோசமா இருக்கு. ஆனால் கனவிலை வந்த காட்சிகள் திரும்பத் திரும்ப வந்து பிறகு நித்திரை இல்லை ...”

“ ... ஒரு கனவிலை கீதா பொம்மர் அடிச்சுச் செத்துப் போறாள். நான் அய்யோ என்டு அழுறன் ... உங்களுக்கு கடும் காய்ச்சல். நான் பக்கத்து அறையிலையிருந்தும் எனக்குத் தெரியாமல் போச்சே எண்டு கவலைப்படுறன். ஆனால் நீங்கள் பக்கத்து அறையிலை இல்லை. இயக்கத்துக்கு ஓடிட்டீங் கள் எண்டு சொல்லினம். அப்பிடியொரு கனவு. காந்தன் ஊன்றுகோலோடை பள்ளிக்கூடம் வாறான். ‘என்னடா நடந்தது?’ எண்டு கேக்கிறன். ‘உங்களுக்குத் தெரியாதோ சேர்?’ எண்டு சேர்ட்டைத் திறந்து காட்டுறான். ‘செல்லடிச்சது’ எண்டிறான் ... இந்தக் கனவுகளைக் கண்டு நான் இஞ்சை துடிச்சுக் கொண்டிருந்தன் யசோ ...”

சேர் விம்முகிறார். நான் அவரைப் பரிதாபமாகப் பார்க் கிறேன். இங்கு நான் எதற்கு வந்தேன்? சேர் என்ன செய்கிறார்? ஒழுங்காகத்தான் இருக்கிறாரா? அவரது குடும்ப அமைப்பு எப்படி?.. என்னிடம் இன்னும் பல கேள்விகள் ஓதப்பட் டிருந்தன. துருவித் துருவிக் கேள்விகள் கேட்பதிலும், எவரும் உணராவண்ணம் உளவு பார்ப்பதிலும் மிகுந்த பயிற்சி தரப்பட்டிருந்தது.

இங்கு சேர் அழுது கொண்டிருக்கிறார்.

சேர் தன் வாழ்வைச் சொன்னார். நான் "உம் உம்" என்று கேட்டுக்கொண்டிருந்தேன். யாவும் என் நெஞ்சைக் குத்திக் கிழிக்கிறது. பிறகு ஒன்று சொன்னார். நான் அலமலந்து போனேன்.

"யசோ, உங்களுக்குத்தான் இதைச் சொல்ல வேணுமெண்டு. கொட்டித் தீர்க்க ஒருவருமில்லை. நீங்கள் கேட்பியளா? உங்களுக்குப் பொறுமை இருக்கா?"

"ஓம் சேர் நான் கேப்பன். நீங்கள் சொல்லுங்கோ"

20

பஸ்சில் சேர் போகிறார். கடகடத்த பஸ்சில் இருப்போர் கொஞ்சப் பேர். முகம் வாடி, ஒல்லியான கறுத்த ஒரு பெண் சேரை நோக்கி வருகிறார். பார்த்தால் சரோ அக்கா. சேர் மறக்க முயல்கிற மனிதர்களில் அவரும் ஒருவர்.

"நீங்கள் டேவிட் தம்பி அல்லோ? ஓம் டேவிட் தம்பிதான். என்ன தம்பி எங்களையெல்லாம் மறந்திட்டீங்கள்போல. அங்கால் பக்கமே காணேல்லை. ஆளே மாறிப் போட்டுது."

சேர் ஒரு கணம் திகைத்தார். அக்கம் பக்கம் பார்த்தார். பலர் திரும்பிப்பார்க்கிறார்கள். சரோஅக்கா பக்கத்தில் இருந்து விட்டார்.

"டேவிட்டா? அதார்? எனக்குத் தெரியாது. நான் டேவிட் இல்லை" சேர் இறுக்கமாக முகத்தை வைத்துச் சொன்னார்.

'நான் பொய் சொல்லிவிட்டேன். பாவப்பட்ட அப்பாவிச் சனங்களுக்கு, முற்று முழுதாக எங்களை நம்பிய சனங்களுக்கு எந்த ஈவிரக்கமுமில்லாமல் சவுக்கால் அடித்தது போல் பொய் கூறிவிட்டேன்.

பொய் சொன்னேன் என்றேனா? அல்ல, உண்மையையும் சொன்னேன். இடையில் தோன்றிய டேவிட் இடையிலேயே இறந்துவிட்டான். நான் எனக்குச் சூட்டிய பெயரை நானே அழித்துவிட்டேன். இப்போது நான் அருணன்.

சரோஅக்கா அதை நம்பவில்லை. குழப்பமான முகத்துடன் இன்னொரு ஆசனத்தில் போய் அமர்ந்தார்.

சாமம் என்றும் பாராது தோழர்களுடன் போனபோது புட்டு அவித்து முட்டைப் பொரியலுடன் தந்தார். குழம்பு

இல்லாத புட்டுக்கு சரோஅக்கா தன் அன்பை ஊற்றிக் குழைத்து ஊட்டினார்.

எனது இறங்கும் இடம் வந்தது. சரோ அக்காவிடம் சென்றேன். "சரோ அக்கா, நான் டேவிட் தான். எப்பிடி இருக்கிறீங்கள்? சுகமா இருக்கிறீங்களா? முந்திப் பாத்ததுக்கு இப்ப நல்லா மெலிஞ்சுபோய் இருக்கிறியள். மணியண்ணை எப்பிடி இருக்கிறார்? ஊரிலை எல்லாரையும் கேட்டதாகச் சொல்லுங்கோ"

"சரோஅக்கா திகைத்துத் திரும்ப முன்னம் நான் இறங்கிவிட்டேன்" என்று சேர் சொல்லி முடித்தார்

21

சேர் சொன்னார் "அந்த வலி என்னை இப்பவும் தாக்கிக்கொண்டுதான் இருக்கு. என்னை நம்பின அந்த மக்களை நான் கைவிட்டிட்டன். ஏமம் சாமம் பாராமல் முட்டை பொரிச்சு புட்டு அவிச்சுத் தந்த சரோஅக்காவுக்கு நான் டேவிட் இல்லை எண்டு சொன்னால்..? எப்பிடிப்பட்ட பாவி நான் யசோ"

சேர் விசித்து விசித்து அழுகிறார்

அவரது அழுகை என்னை ஒரு பனை உயரே தூக்கி எறிந்தது. விழுந்து எழுந்து கேட்டேன்.

"ஏன் சேர் இப்பவும் நீங்கள் அரசியல் வேலை செய்யலாம் தானே?"

"இல்லை யசோ. என்னால உடனை ஏலாது. நான் இப்ப ஒருத்தரையும் குறை சொல்ல விரும்பேல்லை. காலம் போகட்டும். காலம் கனக்கக் காயங்களை மாத்தும், பாப்பம்"

சேர் என் மீது தன் சுமைகளை இறக்கி வைத்தார். என் முதுகு அதைச் சுமக்க இயலாமல் தவித்தது. "நீங்கள் இனி என்ன செய்யப் போகிறீங்கள் சேர்? அதைத் தெளிவாச் சொல்லுங்கோ" என்றேன்.

சேர் சொல்லலானார். "நான் முற்றாக அரசியலிலை இருந்து விலகேல்லை யசோ. விலகவும் ஏலாது. என்னட்டை இப்ப இரண்டு சொத்துத்தான் இருக்கு. என்னர குடும்பம். மற்றது பள்ளிக்கூடம். பள்ளிக்கூடத்திலை நேரான வழியிலை நிண்டு படிப்பிக்கிறதும் ஒரு அரசியல்தான். அதை ஒழுங்காச்

செய்வம். மற்ற அரசியல் பற்றி நான் கதைக்கிறதெண்டால் ...
ம் ..?"

சேர் நீண்ட இடைவெளி விடுகிறார். முட்டைப்பொரியல்
மணக்கிறது. காங்கையை அள்ளி வீசிய வெக்கை கன்னத்தில்
நீரை வழிய விடுகிறது. ஸ் ஸ் என்று காற்று ஊதி வெக்கையைப்
போக்க முயன்றார் சேர். சொல்லத் தொடங்கினார்.

"யசோ, தமிழ் மக்களுடைய பிரச்சினைக்கு ஒரேயொரு
தீர்வு பிரிஞ்சு போறதுதான். நீங்கள் அதை எப்பிடிப் பாக்கிறீங்
களோ எனக்குத் தெரியாது. நாங்கள் அதிலை மனச்சுத்தி
யோடை ஈடுபட்டம். நிறையத் தியாகங்கள் செய்தம். ஆனால்
அதுக்கெல்லாம் இப்ப எந்த அர்த்தமும் இல்லை. இப்ப
போராடுகிறவை எங்களைப் போராட்டக்களத்திலை இருந்து
அப்புறப்படுத்திச்சினம். போராட்டத்தைத் தங்கன்ரை கையிலை
எடுத்திச்சினம். ஆனால் அதுக்கு நாங்கள் குடுத்த விலை
அதிகம். மிக மிக அதிகம். கொன்று போடப்பட்ட என்
தோழர்களை நினைச்சால் இரத்தக் கண்ணீர் வடியுது யசோ.
பரவாயில்லை இதிலை சரி பிழை எண்டு கதைக்க ஒண்டு
மில்லை. காலம் போகட்டும். எதுசரி, எது பிழை எண்டது
அப்ப தெரியும். தெரியேக்கை நான் ஆசிரியரா தொடர்கிறதா
அல்லது போராளியா மாறுகிறதா எண்டதைக் காலம்
முடிவெடுக்கும். அப்ப பாப்பம் யசோ. இது தான் என்ரை
நிலைப்பாடு."

கண்மூடி சேர் தியானத்தில் இருக்கிறார். "சாப்பாடு
ஆயத்தம்" என்ற குரல் குசினிக்குள்ளிருந்து கேட்கிறது. "சாப்பாடு
ஆயத்தமாம் எழும்புங்கோ யசோ" கைகழுவ செம்பு தந்தார்
சேர்.

22

அத்தனை காட்டு வெய்யிலையும் குடித்து வந்தேன்.
பின்னேரமாக உடம்பு நடுங்கத் தொடங்கியது. காய்ச்சல்
பீடித்தது தெரிந்தது. இறுதி அறிக்கையை எழுதத் தொடங்
கினேன். எழுத்துக்களும் என் கையைச் சுட்டன.

"1989ஆம் ஆண்டு ஜனவரி மாதம் 13ஆம் நாளிலிருந்து
நேற்றைய நாள் (13–9–1991) வரை எனது கண்காணிப்பி
லிருந்தும் விசாரணை, தேடலிலிருந்தும் நான் கண்டறிந்த
உண்மைகளை இதில் பதிகிறேன் ..."

"...நிறைவு செய்கிறேன் நன்றி." பைலை மூடிக் கட்டி அண்ணையிடம் கொடுத்தேன். "அண்ணை, என்னை மன்னிக்க வேணும். என்னாலை இனி இந்த வேலை செய்ய ஏலாது. வேறை வேலை தாங்கோ" என்றேன். சினைப்பர் தூக்க கைகள் பரபரத்தன. பேனாவைத் தூக்கினேன்.

"என் தீ வளர்ந்து தீண்டி
திசையெட்டும் எரிய நெய்யிடுங்கள்
பற்றியெரிக்கும்வரை பசியிருப்பேன்
தீ தின்று உற்ற நாள் வரை – நான்
உயிர் துறக்கேன்
என் தீ திசையெட்டும் எரியும்
என் மக்காள் உமைக் கையேந்தி நிற்கின்றேன்
நெய்யிடுங்கள் நெய்யிடுங்கள்
என் நெருப்புப் பற்றியெழ நெய்யிடுங்கள்."

(2010)

(காலச்சுவடு, மே 2013)

அ. இரவி

பாலைகள் நூறு

சிறுகதைகள்

அ. இரவி

ரூ. 250 (வி.பி.பி.யில் ரூ. 250)

மரங்கள் யாவும
இலைகளை இழந்திருந்தன.
இனி,
அடுத்த வசந்தம் வரும்வரை
காத்திருக்க வேண்டியதுதான்.
இலைகளை இழந்த மரங்கள்,
மேகங்களைக் கூட்டி அப்புறப்படுத்த,
விளக்குமாறாக நின்றன.

பிறகுதான்
சூரியன் மெதுவாகத் தயங்கி,
முகில் புகாரினூடாக எட்டிப்பார்க்க முயலும்.
சூரியனை முழுமையாக இங்குதான்
கண்டேன்.
திரண்டெழுந்த பனிப்புகார்களின் இடையே
அதன் வட்டவடிவமான வெள்ளிவிளிம்புகளுடன்
சூரியனைக் கண்ணில்
எந்தக் கூச்சமுமின்றிக் கண்டேன்.

எனினும்,
என் மனதில் சிறிது குழப்பம்தான் எஞ்சுகிறது.
என்மேல் துயர் படிந்திருக்கிறது.
நகரம் முழுவதும், வீதிகள் வரையும்,
புல்வெளிகள் யாவும்,
சிறு மரம் செடிகொடிகள் மேலும்,
கூரைகளிலும், காரின் மேற்கூரைத் தகட்டிலும்,
சுண்ணாம்பு பூசியதுபோலப்
பனித்துகள்கள் படிந்திருக்கக் கண்டேன்.
அவ்வாறே நானும் ஆகினேன்.
ஒன்றும் பேசாமல் மொட்டைமரமாக,
பனிக்காலத்து மரமாக
நானும் நிற்க விரும்பினேன்.